அப்புறம் என்பது எப்போதும் இல்லை

#இக்கணத்தில் வாழ்தல்

பிருந்தா சேது

HER Stories

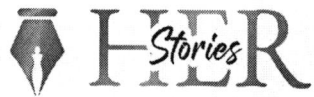

அப்புறம் என்பது எப்போதும் இல்லை

#இக்கணத்தில் வாழ்தல்

பிருந்தா சேது

Appuram Enbathu Eappothum Illai

© Brindha Sethu

ஹெர் ஸ்டோரிஸ் ஆசிரியர்கள்

நிவேதிதா லூயிஸ், சஹானா & வள்ளிதாசன்

வெளியீடு

ஹெர் ஸ்டோரீஸ்

15, மகாலக்ஷ்மி அபார்ட்மெண்ட்ஸ், 1, ராக்கியப்பா தெரு, சென்னை-600004

+91 75500 98666 strong@herstories.xyz www.herstories.xyz

நூல் வடிவமைப்பு

UK Designs உதயா

உருவாக்கம்

கலைடாஸ்கோப், சென்னை +91 9840969757

HS books # 0022 | Her Stories life # 0014

முதல் பதிப்பு

2023 மார்ச்

₹ 170

உள்ளடக்கம்

1. பெண்கள் சேர்ந்து வேலை செய்தால் 04
2. திரும்பிப் பார் – செய்வன திருந்தச் செய் 08
3. கொரானா காலமும் குடும்பங்களும் 13
4. மரணம் 18
5. கடவுள் 22
6. இந்த கணத்தில் வாழ்கிறோமா (1&2) 25
7. என் சுவாசக் காற்றே 1 & 2 30
8. அந்த நாள் ஞாபகம் 1,2,3,4,5,6. 40
9. அறியாமைகள் 55
10. சொல்ல வேண்டிய கதை 64
11. அகம் = மனம் = வீடு = வீடு பேறு (a=b; b=c; so, a=c)...............85
12. பிரச்சினைகள் 93
13. தி.ஜா பிடி கருணை பற்றிய கட்டுரை 97
14. இலக்கியத்தில் மாமியார்கள் 110
15. தைரியசாலியின் பயங்கள், பயங்கரமானவை (நானும் கராத்தேயும் விபாசனாவும்) 114

பெண்கள் சேர்ந்து வேலை செய்தால்...

பெண்கள் சேர்ந்து வேலை செய்ய முடியாதாம்... ஆம்; பெரும் போர்கள் எல்லாம் பெண்கள்தான் செய்தார்கள்.

ஆம்; பெண்கள்தான் வேலை செய்யும்போது அடிதடி மூக்குடைப்பு மண்டையடித் தகராறு எல்லாம் கொலைவரை செல்கிறது; செய்தித் தாள்களில் தினம் செய்தியாகிறது.

ஆம்; குழாயடிச் சண்டைகளைப் பெண்கள்தான் செய்கிறார்கள்; அப்படி அடிதடி செய்து பிடித்து வரும் தண்ணீரைப் பெண்கள் மட்டுமே பருகுகிறார்கள்; ஆண்கள் எல்லாரும் தண்ணீருக்காகச் சண்டை செய்யாமல், காற்றைக் குடித்து வாழ்கிறார்கள்.

ஆம்; மாமியார் மருமகள் சண்டை பெண்களுக்குள்ளேதான் வருகிறது; ஆண்கள் 24/7 வீட்டில் இருந்து, அனைத்து பொறுப்புகளையும் செய்து, அதே வேலைகளைச் சலிப்புற செய்து கொண்டே இருந்தால், எப்படி இருக்கிறது என்பதை சில நூற்றாண்டுகள் செய்து பார்த்துவிட்டு, இதே வார்த்தைகளைச் சொல்லட்டும். வீட்டு வேலைகளிலும், வீட்டிலும், உறவு முறைகளிலும் எந்தப் பங்காற்றலும் செய்யாமல் இதைப் பேசவே கூடாது.

அப்புறம் என்பது எப்போதும் இல்லை

மனசாட்சியுள்ள யாரும் இதைச் சொல்லுங்களேன் - எத்தனை ஆண்கள், நண்பர்களை வீட்டிற்குக் கூட்டிப் போய் உட்கார்ந்து பேசுகிறார்கள்? தெருவுக்குத் தெரு, முக்குக்கு முக்கு, டீக்கடைக்கு டீக்கடையில்தானே? எனில், பெண்கள் வீட்டில் அடைந்தே கிடப்பதால் இருக்கும் மனவுளைச்சல்களை அறிந்த பிறகு தானும் அனுபவித்த பிறகு, மாமியார் மருமகள் பிரச்சினைகள் பற்றிப் பேசட்டும். என் தோழி எப்போதும் சொல்வார் 'ஓர் ஆண் சரியாக இருந்தால், ஒரு குடும்பத்தில் பிரச்சினைகளே வராது' என்று. பிரச்சினைகளைக் கண்டு ஓடி ஒளியாமல், பொறுப்பெடுத்துக் கொள்ளும் ஆண்களுக்கு இந்த வார்த்தைகள் விளங்கும்.

உண்மையில், அரசியலிலோ, ஆட்சியிலோ ஏன் பெண்களில் பெரும் தலைவர்கள் அதிகமாக இல்லை என்பதற்கான பதில்தான் இதற்கும்.

கடந்த 50, 60 வருடங்களாகத்தான் படிப்பிற்கும் வேலைக்கும் எனப் பெண்கள் வெளியே வருகின்றார்கள். நூற்றாண்டுகளாக வெளியே அலைந்து திரிந்து கொண்டிருக்கும் ஆண்களில், ஆட்சிப் பணியில் இருந்து கொண்டிருக்கின்ற ஆண்களில் இருந்துமே உலக அளவிலேயே சில நூறு தலைவர்களைத்தான் சுட்டிக்காட்ட முடிகிறது. நிலைமை இவ்வாறு இருக்க, பெண்களில் அதிகத் தலைவர்கள் உருவாக இன்னும் காலம் போக வேண்டும். இல்லையா, அப்படித்தான், பெண்கள் சேர்ந்து வேலை செய்வதன் இயைந்த இணக்கமான போக்கு ஏற்படவும் நாட்களாகும்; தவிர, பெண்களாக இருப்பதன் பிரச்சினை இல்லை இது.

ஒரு பெண்ணாக வேலையில் நான் ஆண்களோடு போலவே, பெண்களோடு இணைந்து வேலை செய்திருக்கிறேன். வேலையைப் புரிந்துகொள்ளவும், வேலையைச் சிறப்பாகச் செய்யவும், குறித்த நேரத்தில் முடிக்கவும் - ஆண்களிடம் வேலை செய்யும்போது என்ன மாதிரியான வேலை நிமித்தப் போராட்டங்கள் உண்டோ அவையேதான் பெண்களோடு இணைந்து வேலை செய்யும்போதும் ஏற்பட்டனவே தவிர, பெண்கள் என்பதற்காகச் சண்டை ஏற்படவில்லை. இன்னும் சொல்லப்போனால், சிரிப்பு கொண்டாட்டம் கலகலப்பு என வேலையின் ஆற்றல் அதிகரித்துதான் இருந்தது; வேலை நிமித்த சண்டைகளும் இருந்தனதான்.

அலுவலகத்தில், எனக்கு அடுத்த படிநிலையில் வேலை

பிருந்தா சேது

செய்த ஆண் ஒருவர். திருமணமானவர். அழகாகவும் இலட்சணமாகவும் இருப்பார். கூடுதல் சிவந்த நிறம். ‘சுரேஷ்’ என்று வைத்துக்கொள்வோம்.

ஒருமுறை அவரது மேலதிகாரி சொன்னார். ‘அவனை மட்டும் மதிய வேளையில் ஒரு பக்கோடா வாங்கிட்டு வர வச்சுருங்களேன் பார்க்கலாம்’ என்று. எனக்கு இது ஏன் என்று புரியவில்லை. ஒருநாள் எல்லாருமாகச் சேர்ந்து வேலை செய்தபோது, ஏதோ சவாலில் தோற்ற அவர் என்ன செய்ய வேண்டும் எனக் கேட்க, முன்பு அவரது மேலதிகாரி சொன்னது நினைவுக்கு வந்து ‘ஒன்றும் செய்ய வேண்டாம்; எங்கள் எல்லாருக்கும் மதியச் சாப்பாட்டிற்குத் தொட்டுக்கொள்ள 200 கிராம் பக்கோடா வாங்கித் தா’ என்றேன்.

‘அது மட்டும் வேண்டாம் மேடம்’

‘ஏன்?’

‘வேண்டுமானால் சாயந்திரம் வாங்கித் தரேன்’

‘ஏன் இப்போதுதானே எங்களுக்குத் தேவை; வாங்கித் தா’

‘இல்லை, காசு வேணாத் தர்றேன். யாரையாவது விட்டு வாங்கிக்குங்க’

எனக்கு ஏன் அவர் போக மாட்டேன் என்கிறார் என்கிற காரணம் விளங்கவில்லை. ‘சரி பக்கோடாவே வேண்டாம். ஏன் இப்போ போகமாட்டேன்கிற அந்தக் காரணத்தை மட்டும் சொல்லு’ என்றால்,

அவர் சொன்னார் ‘வெயில்ல போனால் தோல் கறுத்திரும் மேடம்’.

இங்கு, பெண்கள்தான் மேக்கப் போடுவார்கள்; வெளியில் கிளம்ப நேரம் எடுத்துக் கொள்வார்கள்; அழகுடன் இருக்க விரும்புவார்கள். அழகைக் கட்டிக் காப்பாற்றுவார்கள்; மென்மையான வேலைகளை மட்டும் செய்வார்கள்; கவர்ச்சி காட்டுவார்கள் - இப்படி எல்லாம் கற்பிதம் உள்ளது. இந்தக் கருத்து மேம்போக்கானது. ஆண் பெண் இரு தரப்பிலும் இப்படி ஆட்கள் இருக்கின்றனர். யாரையும் குறைத்துச் சொல்லவில்லை; குணநலன்கள் என்பவை அவரவர் இயல்புதானே தவிர, ஆணிற்கு மட்டுமே - பெண்ணிற்கு மட்டுமே என ஒருவருக்கே விதிக்கப்பட்டதல்ல.

அதிக வேலை செய்பவர், வேலையில் OB அடிப்பவர்,

ஆண்கள் ஒவ்வொருவருக்கும் எப்படி வேலையைத் தவிர வேறேதும் பொறுப்புகளற்று, வேலை செய்யும் வாய்ப்புகள் உள்ளனவோ, அதே போன்ற நிலை பெண்களுக்கும் அமையும்போது, ஆண்களை விடவுமே சிறப்புற வருவார்கள்; அப்படியொரு நிலை இன்னும் வராமலே கூட, வேறு பல பொறுப்புகளோடும் சாதித்துதான் வந்திருக்கிறார்கள்; சாதித்துக் கொண்டிருக்கிறார்கள்; சாதனை செய்துகொண்டுதான் இருக்கிறோம்.

workaholic, Bossy mentality-யில் மற்றவர்களை அதட்டுபவர், யாருக்கு எது என்றாலும் ஓடோடி வந்து உதவுபவர், தான் உண்டு தன் வேலையுண்டு என்று இருப்பவர், அதிகம் பேசிக் கொண்டே இருப்பவர், பேசாமல் இறுக்கமாக வேலை செய்பவர், மௌனமாக வேலை செய்தாலும் மென் முறுவலோடு இருப்பவர், முகத்திற்கெதிரே நல்லவர் போல நடித்தபடி பின்னாடி குழி பறிப்பவர், புறம் பேசுபவர், மேனேஜரிடம் போட்டுத் தருபவர், வேலை நேரம் தாண்டியும் வேலை செய்பவர், வேலை நேரம் தாண்டி வேலை செய்வதாகக் காட்டிக் கொள்பவர், எல்லாரையும் ஜோக்கடித்து சிரிக்க வைத்து வேலையின் பளுவை இலகுவாக்குபவர், எல்லாரிடமும் நட்புடன் வேலை செய்பவர் - இப்படி ஆண்களில் எத்தனை வகைமைகளில் உள்ளனரோ, அந்தளவு பெண்களிலும் உண்டு.

இந்த நாட்டில் தலித்'தை விடவும் கீழான நிலை என்றால் அது பெண்கள்தான். ஏதோ சில 'பெண்ணிய ஆண்கள்' சமத்துவமாக இருப்பதால், உலகம் மொத்தமும் மாறிவிட்டதாக அர்த்தம் இல்லை.

ஆண்கள் ஒவ்வொருவருக்கும் எப்படி வேலையைத் தவிர வேறேதும் பொறுப்புகளற்று, வேலை செய்யும் வாய்ப்புகள் உள்ளனவோ, அதே போன்ற நிலை பெண்களுக்கும் அமையும்போது, ஆண்களை விடவுமே சிறப்புற வருவார்கள்; அப்படியொரு நிலை இன்னும் வராமலே கூட, வேறு பல பொறுப்புகளோடும் சாதித்துதான் வந்திருக்கிறார்கள்; சாதித்துக் கொண்டிருக்கிறார்கள்; சாதனை செய்துகொண்டுதான் இருக்கிறோம்.

(இணைந்து வேலைகள் பல செய்து சாதித்துக் கொண்டிருக்கும் அனைத்துப் பெண்களுக்கும் சமர்ப்பணம்.)

பிருந்தா சேது

திரும்பிப் பார்
செய்வன திருந்தச் செய்

எனது பதின் பருவத்தில் குழம்பு, இரசம், பொரியல், வறுவல், பச்சடி என தனியாக ஒரு முழு சமையலைச் செய்யக் கற்றிருந்த காலம். எல்லாம் செய்து விடுவேன்; சுவையும் நன்றாகவே இருக்கும். ஆனால், பெரிய பிரச்சினை என்னவென்றால், பார்த்துக் கொண்டிருக்கும்போதே பாலைப் பொங்க விட்டு விடுவேன். கிச்சனை விட்டு வரும்போது குழம்புப் பாத்திரத்தை மூடியிட்டு மூடாமல் வந்திருப்பேன். அடுப்பில் சோறு வைத்திருந்ததையே மறந்து வாசலில் பக்கத்து வீட்டு அக்காவோடு பேசிக் கொண்டிருக்க, 'எங்கோ தீய்ந்த வாசனை வருதே' என்று அங்கலாய்த்து 'அய்யோ அது என் வீட்டில்தான், நான்தான்' என்று பதறி ஓடுவேன்.

இப்படி நடக்காத டீனேஜ் பருவம் யாருக்குமே இல்லை எனலாம்.

நிற்க.

என் அக்கா இதற்கு ஒரு யோசனை சொல்லிக் கொடுத்தார்கள்.

'இது எல்லாருக்கும் நடப்பதுதான். சிலர் அடுப்பையே அணைக்க மறந்து விடுவார்கள். விபத்தில் முடியும். இதைத் தவிர்க்க, சமையல்

அப்புறம் என்பது எப்போதும் இல்லை

முடிந்த பின்பு சிறிது நேரம் கழித்து, மீண்டும் கிச்சனுக்குச் சென்று ஒரு பார்வை பார்த்தோமானால், விட்டுப்போனவற்றைச் சரிப்படுத்தி விடலாம்' என்று.

இதை நான் எல்லாவற்றிலும் பின்பற்றுவேன்.

மறு பார்வையில்தான் செய்யும்போது விட்டுப் போன எல்லாமே பிடிபடும். அந்த வேலையிலிருந்து மனப் பதற்றம் விலகி, வெறும் பார்வையாளராய்ப் பார்க்கத் தொடங்குவோம்.

காரிலிருந்து இறங்கியதும் திரும்பினால், காரில் நாம் செய்த அலப்பறைகள்

வீட்டு முன்னறையில் செருப்புகளை விட்டு வந்த விதம்

சோஃபாவிலிருந்து எழுந்து திரும்பிப் பார்த்தால், கலைந்திருப்பது

ரெஸ்ட் ரூம் போய்விட்டு திரும்பிப் பார்த்தால், ப்ளஷ் பண்ணாதது அல்லது சரியாக நீரூற்றாத குப்பைகள்... அழுக்குகள்...

பாத்ரூம் கழுவிய பிறகு வந்து பார்த்தால் தேய்க்காமல் விடுபட்ட மூலைகள்

சமைக்கும்போதானவை ஏற்கெனவே சொல்லியாயிற்று

பரிமாறி சாப்பிட்டு முடித்த இடத்தில், சிந்தியவை

நட்புகளுக்கு எழுதிய கடிதத்தை மறுபடிப் படித்துப் பார்க்கையில், வார்த்தைகள், சிந்தித்த விதத்திலிருந்து அர்த்தம் மாறித் தொனிப்பது

அடித்து முடித்த கட்டுரையில் பிழைகள்

வீட்டைப் பூட்டி சாவியை பூட்டிலேயே விட்டது; அழுக்கு பூட்டை அப்படியே விட்டு வந்தது

கார்க் கதவைப் பூட்டி, கண்ணாடியை ஏற்றாமலே விட்டது

- இப்படி பலதும் தெரிய வரும். சொல்லிக்கொண்டே போகலாம்.

இதை இன்னொரு விதமாகவும் தவிர்க்கலாம். மனதார 'இந்த கணத்தில், செய்யும் செயலில் மட்டும்' மனதை வைத்துச் செய்வது. அதுவே தியானம். அதுவே இக்கணத்தில் வாழ்வது. எந்த எண்ணமும் நினைவும் நம் பணியைச் சலனப்படுத்தாமல், அந்தப் பணியில் 'நமதான முழுமை' எதுவோ அதைத் தருவது.

புத்த பிட்சுகள் பலரும் பாத்திரம் கழுவுவதைப் பற்றி முக்கியமாகச் சொல்வார்கள்.

உண்மையில், பாத்திரம் கழுவுகிறபோதுதான், சமையலின்போது

எந்தெந்த பாத்திரங்களை எவ்வாறு உபயோகிக்க வேண்டும், உணவை எவ்வாறு சமைக்க வேண்டும், அடுப்பை எப்போது 'ஹை'யாக வைக்க வேண்டும், எப்போது 'லோ'வாக வைக்க வேண்டும் என்பதைப் பட்டவர்த்தனமாக அறிந்து கொள்வோம்.

பாத்திரம் துலக்குபவர்கள், பாலை மறுபடி அதே பாத்திரத்தில் காய்ச்ச நேரும்போது, அடுப்பை 'ஹை'யில் வைக்கவே மாட்டார்கள். பாத்திரத்தை விளக்கப் போடுகையில் குப்பைகளை எடுத்துவிட்டுப் போடுவார்கள். சமையலை ரசித்துச் செய்கிறவர்கள், உணவை சிந்தி வீணாக்கி உண்ண மாட்டார்கள். தன்னை தன் உழைப்பை தானே மதிக்கிற விதம் இது.

என் நண்பன் சொல்வார். அவர் அலுவலகத்தின் உயர் பதவியிலிருக்கும் பெண்மணி, பொதுவாக எப்போதும் ப்ளஷ் பண்ண மாட்டாராம். 'அப்போ அடுத்து செல்லுபவர் யாரோ அவர்தான் அவருக்கு ஃப்ளஷ் செய்யப்பணிக்கப்பட்டிருக்கிறா ரா... அப்போ எப்படி இருக்குமென்றால், நடிகர் விவேக்'கின் 'பின்னால பத்திரம்' ஜோக் மாதிரி இவர்களுக்கெல்லாம் ஆகாதா என்று தோன்றும். அப்படி ஆனாத்தான் இவங்களுக்கெல்லாம் புத்தி வரும்' என்பார்.

'ஃப்ளவர் ஆஃப் ஈவில்' நாடகத்தின் இரண்டாம் பகுதியில் ஒரு கொலை நிகழ்வதற்கான காரணம் - ஒரு வயதான அம்மா, தன்னை தினமும் பார்க்க வரச் சொல்லி இவளிடம் கேட்டுக் கொள்வாள். இவள் ஒரு குன்றின் உயரமுள்ள இடத்திற்கு களைப்புற சலிப்புடன் படிகளில் ஏறி வருவதை ஏற்கெனவே நமக்குக் காட்டியிருப்பார்கள். அந்த வயதான அம்மா சொல்லச் சொல்ல, அதைத் தாங்காமல் கொலை செய்ததாக 'கன்ஃபெஷன்' தருவாள்.

என் நண்பன் தன் அலுவலக உயர் பதவியிலிருக்கும் பெண்மணி பற்றிக் கோபத்துடன் சொல்லும்போது, இந்தக் கதை நினைவு வந்து மனம் நடுங்கிற்று.

இருபத்தைந்து வருடங்கள் முன்பு, 22 வயதில் அத்தை பையன் அவனது பால்ய காலத்து ஸ்நேகிதியை மணந்தபோது எங்கள் வயதுப் பிள்ளைகள் எல்லாருக்கும் அவன் பெரிய ஹீரோ'வாகத் தெரிந்தான். பெரிய படிப்பு, பெரும் பதவி, அதிக செல்வாக்கு என இப்போதும் ஹீரோதான். கடைசியாக நடந்த ஒரு குடும்ப விழா சந்திப்பில் அவன் மனைவி எங்களிடம் தனிமையில் சொன்னது

மறு பார்வையில்தான் செய்யும்போது விட்டுப் போன எல்லாமே பிடிபடும். அந்த வேலையிலிருந்து மனப் பதற்றம் விலகி, வெறும் பார்வையாளராய்ப் பார்க்கத் தொடங்குவோம்.

அதிர்ச்சி அளிப்பதாக இருந்தது.

இப்போது வரை தன் எச்சிலை எடுக்க மாட்டானாம்; டாய்லெட்டை ஃப்ளெஷ் பண்ண மாட்டானாம். கேட்டால், அப்படியே வளர்ந்துட்டேன் என்று சிரிப்பானாம். ஒவ்வொரு சமயம் கோபமாக வந்து டைவர்ஸ் பண்ணி விடலாமா என்று கூடத் தோன்றுகிறது என அவள் சொன்னாள்.

அது இல்லை அதிர்ச்சி. அன்பின் பெயரால் இத்தனை காலமும் அவளைத் தனக்காக 'ஃப்ளெஷ்' பண்ண வைத்திருக்கிறானே அதுதான் வருத்தமாக இருந்தது.

தன் எச்சிலை எடுக்கவே அவனுக்கு வலிக்கிறது என்றால் அதை எடுக்கும் மற்றவருக்கு எப்படி இருக்கும்? இதுவே இப்படி என்றால் கழிவறை கதைகள் கொடுமை. இதை எப்போது, எப்படித்தான் உணர்வான்?

பொதுவாக, விவாகரத்திற்கு ஆயிரம் காரணங்கள் சொல்லப்பட்டாலும் மிக அடிப்படையான காரணம் அவர்களுக்குள் ஒத்துப்போகவில்லை என்பது இருக்கும்; எந்த இடத்தில் ஒத்துப் போகவில்லை என்று ஆழ்ந்து பார்த்தால், ஒன்று செக்ஸ். மிக அடுத்தது கழிவறைப் பழக்கம்.

இதில் ஆண் பெண் பேதமில்லை; படித்தவர் படிக்காதவர் பேதமில்லை. ஷாப்பிங் மால், ஆஃபிஸ், பொது கட்டணக் கழிவறை - இவை எல்லாம் அதற்கு சாட்சி.

மட்டுமல்ல, இப்படிச் செய்யும், செய்ய வைக்கும் ஒவ்வொரு முறையும் அடுத்தவர்களின் வெறுப்பின் கொலைத் தருணங்களைக் கடந்து கொண்டிருக்கிறார்கள் என்பதை உணர வேண்டும். ஆம். இது மிகையில்லை.

கொரானா காலம் முன்புவரை இது அவசர கதியில் செல்லும் உடனடி உலகமாக இருந்தது. ஆனால், இப்போதோ 'கொதிப்பின் காலமாக இருக்கிறது. ஒவ்வொருவரும் ஒரு வெடிக்கத் தயாரான

பிருந்தா சேது

எரிமலை போல இருக்கிறார்கள். ட்ராஃபிக்கில் அந்த முகம் தினம் தினம் வெளிப்படுகிறது. தீவிரமான பொறுமையின்மை எங்கும் வியாபித்துள்ளது.

தான் செய்ய வேண்டிய கழிவறை பொறுப்புகளை தானே செய்யாமல், மற்றவர் உதவியை நாடுவது/ நாட வேண்டி இருப்பது / செய்ய வைப்பது என்பது - ஓரிடத்தில் மட்டும்தான். நாம் 'நோயாளி'களாக இருக்க நேரும்போதுதான்.

மற்ற பொழுதுகளிலும் இப்படித்தான் இருக்கிறோம் என்றால், நாம் எப்போதும் நோயாளியா என்பது அவரவர் கேட்டுக்கொள்ள வேண்டிய கேள்வி.

கொரானா காலமும் குடும்பங்களும்

பெருந்தொற்றுக் காலத்திற்கு முன்பான வாழ்க்கை என்பது எப்படி இருந்தது?

எப்போதும் வேகம் நிறைந்ததாகவும், யாருக்கும் எதற்கும் நேரமில்லை என்பதாகவும் எப்போதும் ஓடிக்கொண்டே இருப்பதாகவும் இருந்தது.

வீடுகள் எப்போதும் இயக்கம் நிறைந்தனவாகவும் ஓய்விற்கு நேரமின்றி சதா வேலைகளும், அடுத்து இதைச் செய்ய வேண்டும், அதற்கடுத்து இன்னதைச் என வேலைகளைப் பற்றிய எண்ணங்களுமாகவே இருந்தன.

பள்ளிக்கு பிள்ளைகளை நேரத்தில் கொண்டு விட வேண்டும் என்பதே மிகப் பெரிய மன அழுத்தத்தைத் தரும் செயலாக இருக்கும்; பிறகு போக்குவரத்து நெருக்கடி; பிறகு அலுவலகத்திற்கு ஓட வேண்டும்; பெண்களானால், எல்லாருக்கும் காலைச் சாப்பாடு, மதியச் சாப்பாடு செய்து, அதை டிஃபன் பாக்ஸில் அடைத்து, நிமிர்வதற்குள் கடிகாரம் ஒன்பது அடித்துவிடும்.

சிறிய குழந்தைகள் இருக்கும் வீடுகள் என்றால் அவர்களைச் சாப்பிடச் செய்வது, சமையலை விடவும் பெரிய போராட்டமாக இருக்கும்; கூடவே, அலுவலகம் சென்று வேலை செய்யும் பெண்களானால், அதற்கும் சேர்த்து இறக்கை கட்டிப் பறக்க வேண்டும்.

வார இறுதி நாட்கள். அவை இன்னும் வேறு வகையானவை. மொத்த வாரத்திற்குமான செய்ய வேண்டிய பெரிய வேலைகள், உறவினர் வருகை, தின வாழ்வில் செய்ய நேரமற்று அப்புறம் செய்யலாமென தள்ளி வைத்தவை என விதவிதமாகக் குவிந்து கிடக்கும்.

அலுவலக வேலைகளைக் கூட, அலுவலகம் செல்லும் நேரம் 9 - 6 என பிரித்து ஒதுக்கி வைத்துவிடலாம். ஆனால், பொதுவாக இந்த வீட்டு வேலைகளின் பிரதான பிரச்சினையே எப்போதும் அளவற்று வேலைகள், ஒன்று முடிந்து ஒன்று, பிறகு இன்னொன்று என தொடர்ந்து 'அட்சயப் பாத்திரம்' போல அள்ளக் குறையாமல் வந்து கொண்டே இருப்பதுதான்.

பெண்களுக்கு வீட்டு வேலைகள் என்பது கர்ணனோடு ஒட்டிப் பிறந்த கவச குண்டலம் போல. அதுவும் இந்த கொரானா காலத்தில் வீட்டின் வேலைகள் இன்னும் இரட்டிப்பாகி விட்டன.

வேலையும் ஓய்வும் ஒரு வரைமுறையற்றுப் போய்விடுகிறது; எப்போதுமே வேலை என்பது போல ஆகிவிட்டது. ஊரடங்கு காலத்தில் வீட்டு வேலை செய்பவர்களும் வராமல் போக, வேலைப் பளு இன்னும் கூடிப்போய் விட்டது.

பெருந்தொற்றுக் காலத்தின் குறிப்பிட வேண்டிய நேர்மறையான விசயம் என்னவென்றால், தொழில்நுட்பத்தின் உச்சபட்ச பயன்பாட்டை உணர நேர்வதுதான். பள்ளிப் பிள்ளைகள் வீட்டிலிருந்தே கற்க முடிவது, ஆசிரியர் சொல்லித் தருவது தாண்டியும் உலகை அறிய நேர்வது மற்றும்

அலுவலகம் செல்லும் நேரம் அதற்காகக் கிளம்பும் நேரம், போக்குவரத்து நெருக்கடிகளைச் சமாளித்து அலுவலகம் சென்றடைவது - பிறகும் மாலை அதே போக்குவரத்து நெருக்கடிகளைக் கடந்து வீடு வந்து சேர்வது, பிறகும் வீட்டின் நித்தியக் கடமைகள் என்றிருந்த சுழற்சி மாறி, இப்போது வீட்டிலிருந்தே வேலை - வொர்க் ஃப்ரம் ஹோம் - என்றானது இவற்றில் இருந்து எல்லாம் விடுபட்ட, பெருந்தொற்று கால ஆசுவாசங்கள்.

ஆனால் இவையெல்லாமே மிகச் சில நாட்கள்தான். இந்த சுழற்சியும் பழகப் பழக, இதிலுள்ள மன அழுத்தங்கள் மீட்டெடுக்க முடியாமல் அழுத்தத் தொடங்கின. வொர்க் ஃப்ரம் ஹோம்

காலையிலெல்லாம் குரலெழுப்பியும், வானம் எங்கும் பறந்தும் சுற்றித் திரிகிற பறவை, மதியம் தாண்டியதொரு பொழுதில், ஓங்கி வளர்ந்த மரத்தின் உச்சிக் கிளையில் அசையாமல் வெகு மௌனமாக அமர்ந்திருப்பதைப் பார்த்திருக்கிறீர்களா... அதொரு மோனத் தவம்! அந்தளவு வானை அளவளாவ வேண்டுமானால், அவ்வளவு ஓய்வும் அமைதியும் வேண்டும்.

'வீட்டு வேலைகள் போல தன்மை' கொள்ள ஆரம்பித்தது. அலுவலகம் சென்றோம், வேலைகள் செய்தோம், வீட்டிற்கு வந்தோம் என்றில்லாமல், இடைவிடாமல் வேலைகள் எப்போதும் நம் கூடவே நிழல் போல தொடர்ந்து இருப்பது போல ஆகியது.

அலுவலக வேலையை வணிகம், மாத வேலைக்குச் செல்லுதல் எனப் பிரித்தோமானால், இரண்டிலுமே இவ்வகை தன்மைகள் வர ஆரம்பித்தன.

கணவன் மட்டும் வேலைக்குப் போகும் குடும்பம், கணவன் மனைவி இருவருமே வேலைக்குப் போகிற குடும்பம், கணவன் மனைவி குழந்தைகள் என வீட்டிலுள்ள அனைவருமே வேலைக்குப் போகிற குடும்பம் என எப்படியான குடும்பத்தையும் இந்தத் தன்மைகள் பாதிக்க ஆரம்பித்தன.

சிறிய சிறிய சச்சரவுகள், சலிப்புகள், எதனால் யாருக்கு யாரிடம் எதற்கு கோபம் என்று புரியாமலே எரிந்து விழுவது, சிடுசிடுப்பது, வீட்டையும் தாண்டி வாட்சப் குழுக்களில் வம்பிழுப்பது, தேவையற்ற பகிர்வுகளை பகிர்ந்து விடுவது, நம்மைத் தவிர உலகமே சந்தோஷமாக இருப்பதாக தாமாக நினைத்துக் கொண்டு மற்றவர்களை நோகும் வார்த்தைகள் பேசுவது, யோசனைகளே அற்று தோன்றும்படி எல்லாம் நடந்து கொள்வது பேசுவது - என வளர்ந்த பெரிய மனிதர்களும்,

பிள்ளைகள் 'போரடிக்குதுமா' என அனத்துவதும், என்ன செய்வது என்று புரியாமல் எதையோ செய்வதும், படிப்பதற்கு சோம்பல் படுவதும், எப்போதும் சாப்பிடக் கேட்பதும், வெளியே செல்ல முடியாமல் அடக்கி வைக்கப்பட்ட கொந்தளிப்புகளுமாக - இந்த காலம்.

பிருந்தா சேது

ஆனால், இது ஒரு பிரமையே. ஆம், இவை அனைத்துமே நாமாகக் கற்பனை செய்து கொள்கிற பிரமாதப்படுத்துகிற கற்பனைகள். ஒருநாள் இட்லி சரி, நாளையும் இட்லி, நாளை மறுதினமும் இட்லி, இனி வரும் காலமெல்லாம் இட்லிதானோ என மனம் மிகை கற்பனைக்குப் போக, இன்று தட்டில் இருக்கும் இட்லியை இரசித்துச் சாப்பிடும் மனநிலையை இழந்து விடுகிறோம்.

இன்றைய ஒரு நாளை நீங்கள் தீர்மானியுங்கள்; பிறகு ஒவ்வொரு நாளாக அன்றைய தினத்தை மட்டும் தீர்மானியுங்கள்.

வேலைகளை -வழக்கமான வேலைகள் / எதிர்பாராத வேலைகள் எனவும், ஓய்வை

விரும்பி எடுக்கும் ஓய்வு / எதிர்பாராத ஓய்வு - எனப் பிரித்துக் கொள்ளுங்கள். எந்த வேலைகள் வரும்போதும் விருப்பத்துடன் செய்யுங்கள்; கிடைக்கும் ஓய்வை, மனதார எடுத்துக்கொள்ளுங்கள். அவ்வளவுதான்.

அலைகள் என்றைக்கு ஓய்ந்தன... நமது அன்றாடம் என்பது அப்படித்தான். கரையேறிக் கொள்வதும், கடலை ரசிப்பதும், கடலுள் நீந்துவது ஜாலங்கள் காட்டுவது என்பதுமான எல்லாம் நம் வசத்தில் இருக்க வேண்டும்.

ஒருநாளை அழகாக வடிவமையுங்கள். நெடுநாட்களாக செய்ய விரும்பி செய்யாமலிருக்கும் பணிகளைத் தொடங்குங்கள். நல்ல தொடக்கமே, பாதி வேலை முடிந்ததற்கு சமம் என்பார்கள்.

ஒருநாளை, எதிர்பாராத இன்ப அதிர்ச்சிக்கு உள்ளாக்குங்கள். பொருட்கள் வாங்கித் தந்துதான், நமது அன்பிற்குரியவர்களை மகிழ்ச்சிக்குள்ளாக்க வேண்டுமென்பதில்லை; பாராட்ட வேண்டுமென்பதில்லை. சிறிய புன்னகை, இனிய வார்த்தைகள், சின்னச் சின்ன உதவிகள் இவையே போதுமானவை. ஒரு தினத்தை, தன் வழக்கமான சலிப்பிலிருந்து மீட்டுத் தருபவை.

ஒருநாள் வழக்கமாக செய்யும் பணிகள் எல்லாம் செய்யுங்கள்; மாதத்தில் ஒரே ஒரு நாளாவது, எதுவுமே செய்யாமலிருங்கள்.

மனதிற்கு, எண்ணங்களுக்கு, மன அழுத்தங்களுக்கு, அலைபேசிகளுக்கு, பிரச்சினைகளுக்கு எல்லாவற்றிற்கும் ஓய்வு கொடுங்கள்.

பெண்கள் தமது குடும்பத்தினரோடு மாதத்தில் ஒருநாள் 'நோ சமையல் டே' கொண்டாடுங்கள். ஒருநாள் உடலுக்கு

விரதம் போல, மனதிற்கு, நாம் பயன்படுத்தும் அனைத்து தொழில்நுட்பங்களுக்கும், முகநூல், வாட்சப், தொலைக்காட்சி, வானொலி, அலைபேசி எல்லாவற்றிற்குமே ஓய்வு கொடுங்கள்.

குடும்பத்தினர் அனைவரும் சேர்ந்தமர்ந்து, தத்தமது தாத்தா பாட்டி அவர்களுக்கு அம்மா அப்பா தொடங்கி, பிள்ளைகள் குடும்ப வரலாற்றை அறியும்படி பேசலாம்; ஒவ்வொருவருக்கும் ஒவ்வொருவரிடமும் பிடித்த விசயங்கள், அவரவருடைய நேர்மறை குணங்கள் ஆகியவற்றைப் பாராட்டிப் பேசலாம். தமக்குள் உள்ள குறை குணங்களை மாற்றிக்கொள்ளத் தாமாக முன் வரலாம்.

ஒருவேளை உணவையாவது அனைவரும் ஒருங்கிணைந்து செய்தலும், சேர்ந்தமர்ந்து சாப்பிடுவதும் அளவிலாத மகிழ்வைத் தரும். செய்து பாருங்கள்.

ஓடிக்கொண்டே யிருப்பது எவ்வளவு முக்கியமோ, அதேயளவு ஓய்வும் முக்கியம். காலையிலெல்லாம் குரலெழுப்பியும், வானம் எங்கும் பறந்தும் சுற்றித் திரிகிற பறவை, மதியம் தாண்டியதொரு பொழுதில், ஓங்கி வளர்ந்த மரத்தின் உச்சிக் கிளையில் அசையாமல் வெகு மௌனமாக அமர்ந்திருப்பதைப் பார்த்திருக்கிறீர்களா... அதொரு மோனத் தவம்!

அந்தளவு வானை அளவளாவ வேண்டுமானால், அவ்வளவு ஓய்வும் அமைதியும் வேண்டும்.

சமீபத்தில், தியானம் குறித்த காணொளித் தேடலில் இதைக் கண்டடைந்தேன்.

இணைப்பு: *https://www.youtube.com/watch?v=2z5qxSr4EaI*

லங்காசனம்: குறைவாக தேவைக்கேற்ற அளவு மட்டும் உண்ணுதல், யாரையும் புண்படுத்தாத மகிழ்ச்சி நிறைந்த இனிமையான சொற்களை மட்டுமே பேசுதல், சுவாசத்தைக் கவனித்து மித வேகத்தில் சுவாசித்தல், குறைந்தது ஒரு நிமிடமாவது கண்களை மூடியோ அல்லது திறந்தபடியோ அமைதியாக நம்மையும் நமதுடலையும் மனத்தையும் பிரபஞ்சத்தையும் கவனித்தல்.

மரணம்

தனது வாழ்வைப் போலவே, மரணம் எப்படி நிகழ வேண்டுமென்று ஒரு சிந்தனை யார் வாழ்விலும் வராமல் இருக்காது. நான் தற்கொலை எண்ணம் பற்றிச் சொல்லவில்லை. சில மரணங்களைக் கேள்விப்படுகிறபோது, மரணத்தில்கூட (இறந்தபிறகு நாம் என்ன ஆனால் என்ன, எப்படி இருந்தால் என்ன, எல்லாம் அழிபொருளே என்றபோதும்) இப்படி நமக்கு ஆகிவிடக் கூடாது என்று இருக்கும்.

சிலர் சாபமிடுவார்கள் 'புழுப் புடிச்சுத்தான் சாவே'. அது பெரிய சோக காவியக் காட்சியைக் கொடுக்கும். என் சின்ன வயதில் எங்களூரில் நியூஸ் பேப்பர் என்பதே இருவரோ மூவரோதான் படிப்பார்கள். ஒரு நடிகை பாத் டப்பில் இறந்து புழுக்கள் ஊறக் கிடந்தார் என்று பெரியவர்கள் பேசிக்கொண்டது மனதில் எப்போதும் இருந்தது. ஆறு வயதில் பள்ளியில் ஒரு பெரிய புழுவைப் பார்த்து பயந்த கூட்டாளி மாணவன் ஒருவன் கல்லெடுத்துப் போட, மனம் பல நாட்கள் மிகச் சரியாக சாப்பிடும் நேரத்தில், அதையே நினைத்து உமட்டிக் கொண்டே இருந்தது.

இப்படி நம் மரணம் நிகழ்ந்துவிடக் கூடாது

என யோசிக்கையிலேயே, எப்படி நிகழ வேண்டும் என்பதும் தோன்றும். பலருக்கு அது அழகாகத் தூக்கத்தில் நிகழ வேண்டும். கடல் மீன்கள் படம் பார்த்து, அந்த படத்திலேயே அந்த டயலாக் ஒன்றுதான் தேறும், கடலில் மீன்களுக்கு இரையாவது, நீரில் கரைவது என்பது சிந்தனையாக இருந்தது. மீனைத் தின்றவர் மீனுக்கு இரையாக நினைக்கிறார், நாம் நிலவாழ் பிராணியல்லவா என்றும் தோன்றியது. 'என் தாத்தாவின் சமாதியில் முளைத்த புற்களை, நான் ஏன் என் தாத்தாவாகப் பார்க்கக் கூடாது?' என்று எஸ்.ரா பேச்சைக் கேட்டபோது, 'அட, ஆமாம் இல்ல' என்று தோன்றியது. நாங்களும் (கூட்டாளிகள்) அவரின் அதே போன்ற சின்ன வயதில், நிலத்திற்குள் ஓர் உலகம் உண்டு; நீரின் ஆழத்தில் ஒரு பூமி உண்டு என்று பேசித் திரிந்திருக்கிறோம். இறந்த பிறகு மனிதர்கள் நம் கண்ணிலிருந்து மறைந்து, நமது கண்ணுக்குத் தெரியாத, அந்த உலகத்தினுள்தான் வாழ்கிறார்கள் என்கிற நம்பிக்கை உண்டு.

ஊரில் நான் நான்காவது வரை படித்த 'அல் அமீன் உருது தமிழ் மேல்நிலைப் பள்ளி'யின் மைதான முடிவில், பள்ளிக்குப் பின்புறம் 'மௌத்' ஆனவர்களைப் புதைப்பார்கள். அந்த அமைதியான சடங்கு முறைகள், மர்மமும் அழகியலும் கூடியதாக இருக்கும். எங்களது வீடோ பள்ளிவாசலுக்குப் பின்புறம் இருந்தது. அங்கிருந்து பார்க்கையில் தெரியும் தென்னை மரங்கள் அடர்ந்த பள்ளிவாசலின் மேடான மண் தரையை பார்க்கும்போது எல்லாம், அவை மனிதர் விதைந்த இடமாகவே கற்பனை தோன்றும்.

அம்சா அக்கா மஞ்சள் காமாலை வந்து இறந்து போனார். திருமண வயது. அத்தனை பொலிந்த அழகும் மறைந்து, எலும்புகள் துருத்தி, விகாரமாக, நினைத்தால் பயம் கொள்ளும்படி இறந்து போயிருந்தார்.

அப்புறம் எங்கள் வீட்டில் வாடகைக்கு விட்டிருந்த காதிக்ராஃப்ட்டில் வேலை செய்த, குட்டி சாந்தியக்காவின் அம்மா இறந்தபோது, அப்போது எனக்கு மூன்று வயதோ என்னவோ, என்னையும் கூட்டிப் போயிருந்தார்கள். அதற்கும் கொஞ்ச நாட்கள் முன்புதான் சாந்தியக்கா அம்மா சேமியா கேசரி செய்து தந்திருந்தார். அது மட்டும்தான் இப்போதுவரை அவரைப் பற்றிய இனிய நினைவு. எல்லாரும் அழுதது, அந்த இருள் சூழ்ந்த அறை, ரோஜாக்களின் வாசம், இரைச்சலான சப்தம், அடி வயிற்றில்

பிருந்தா சேது

பீதியைக் கிளப்பும் அலறல்கள், தவிலோசை (அங்கு அப்போது பறை' கிடையாது) எல்லாம் மனதை என்னென்னவோ செய்தன.

அப்புறம் அப்பாவின் மரணம். என்னால் சிலவற்றை இப்போதும் கண் கசியாமல் சொல்ல முடியுமா என்று தெரியவில்லை. மரணத்திற்குப் பிறகு நிகழும் சடங்கு முறைகள் அவ்வளவு வருத்துகின்றன. உறங்க விடாமல் செய்கின்றன. அதை ஏன் அவ்வளவு மனதில் பதிக்க வேண்டும் எனப் புரியவில்லை.

நான் எனதுடல் உறுப்புகளை எல்லாம் தானமாக எழுதி வைத்துவிட்டேன். நாம் எவ்வளவுதான் காட்டுக் கத்தலாகக் கத்திக் கொண்டிருந்தாலும், நாம் இறந்த பிறகு, மன நிதானம் இழக்காத ஒருவர் நம்மோடு இருந்தால்தான், இந்த தானம் எல்லாம் எடுபடும். போலவே, எந்த மரண வீட்டிலும் நாம் இதைப் பற்றி பிரஸ்தாபித்துவிட முடியாது. அவ்வளவு உணர்ச்சிவசப்பட்ட நிலையில் இருப்பார்கள். ஆனால், இறந்த ஒருவரின் உடல் உறுப்புகள் தானம் நிகழ்ந்தால், எத்தனை உயிரோடு இருப்பவர்களின் வாழ்வு அது?! விபத்திலோ, தற்கொலையிலோ இறந்தவர்களுக்கு ஏகப்பட்ட சட்டச் சம்பிரதாயங்கள் உண்டு. ஏன் சட்டச் சம்பிரதாயங்களில் ஒன்றாகவே, இதை நெறிப்படுத்தக் கூடாது?

ஃஇந்த கொரானா காலத்தில் மரணம் என்பது 'புழுப் பிடித்துச் சாவே' சாபத்தைவிடக் கொடியதாக இருக்கிறது. அன்பார்ந்தவர்களின் பிரிவைத் தாங்குவதே ஒரு வலி என்றால், அந்தச் சாவிற்குப் போக முடியாதது, கடைசியாக முகத்தைக் கூடப் பார்க்க முடியாதது, தொட்டு அழ முடியாதது, இறந்தவர்களின் குடும்பத்திற்கு ஆறுதலைத் தர முடியாதது என இவை யெல்லாம் மரணத்தைவிட பெரும் வாதையாக மனதை அறுக்கின்றன.

கண்ணெதிரே ஒரு மனிதரின் வாழ்க்கை நீர், ஆவியாவது போலக் காற்றில் கரைந்து விடுவது நம்ப முடியாமல் இருக்கிறது. உணரக் கடினமாக இருக்கிறது.

நாம் காலம் காலமாக வளர்த்து வைத்து அத்தனைச் சம்பிரதாயங்களையும் அர்த்தமில்லாமல் செய்தவைகளையும், 100 பெரியாருக்கு இணையாக இந்த கொரானா காலம் தந்தது என்று வேண்டுமானால் கொண்டாடலாம். ஆனால், அதுவே சம்பிரதாயங்களில் ஊறியவர்களுக்கு வலியாக இருக்கும் என்பதும் புரிய முடிகிறது.

இறந்த ஒருவரின் உடல் உறுப்புகள் தானம் நிகழ்ந்தால், எத்தனை உயிரோடு இருப்பவர்களின் வாழ்வு அது?! விபத்திலோ, தற்கொலையிலோ இறந்தவர்களுக்கு ஏகப்பட்ட சட்டச் சம்பிரதாயங்கள் உண்டு. ஏன் சட்டச் சம்பிரதாயங்களில் ஒன்றாகவே, இதை நெறிப்படுத்தக் கூடாது?

கொரானா கால மரணங்களைக் காணக் காண, உள்ளுக்குள் வேறொன்று தோன்றாமல் இல்லை; 'கடுங்கசப்பின் ருசி' எனலாம்; இதை வேறெப்படிச் சொல்வது என்று தெரியவில்லை. ஆனால், கொரானா காலத்திற்கு முன்பாக இறந்தவர்கள், இறப்பில் கூட ஆசிர்வதிக்கப்பட்டவர்கள் என்கிற எண்ணம் தோன்றாமல் இல்லை.

எனது மரணம் என்னவாக இருக்கும்? தெரியவில்லை; எப்படி நிகழும் அறியவில்லை; எப்போது நிகழும் என்பதில் சில கணக்குகள் உண்டு. அவையும் இப்போது அர்த்தமற்று இருக்கின்றன. வாழ்வு கொடுக்கும் ஆச்சரியங்கள் அவ்விதமானவை. எப்போது, எப்படி, எங்கு இறந்தால் என்ன; அழுகிச் சீரழிந்தால்தான் என்ன; யாரும் வந்து அழுதால் என்ன, அழாமல் போனால் என்ன; நான் இறந்தால், ஊர்வலத்தில் விசிலடித்து லுங்கி 'டான்ஸ்' ஆடுவேன் என்று வாக்களித்திருந்த ஒருத்தி இப்போது இல்லை; எனக்கு முன் போய்ச் சேர்ந்துவிட்டாள். வாழும் போது நாம் பேசிக் கொள்ளும் எதுவும் மரணத்தில் நிகழப் போவதில்லை. நிகழாமல் போவதும் இல்லை.

இருக்கும்போதே வாழ்வில் மட்டும் நாம் நினைப்பதெல்லாம் நடந்துவிடுகின்றனவா என்ன, நினைப்பது நடந்து விட்டதாகவும், நடக்காததாகவும் நாமாக நினைத்துக் கொள்கிறோம். அதது அததன்படிதான் நடக்கின்றது. பிறகெதற்கு இத்தனை நினைவுகள்? நினைத்து நினைத்து இந்த எண்ணங்கள் எதைச் சாதித்தன? எப்போதும் 1000000 முகநூல்களில் நுழைந்து திரும்பியது போல 'வத,வத'வென இந்த எண்ணங்கள். எப்போதும் எதையாவது பிரஸ்தாபித்துக் கொண்டே இருக்கின்றன; என்றோ மரணப் பேரமைதியிடம்தான் இவை சரணாகதி அடையும்போல!

கடவுள்

யாதும் ஊரே யாவரும் கேளிர்
 தீதும் நன்றும் பிறர்தர வாரா
நோதலும் தணிதலும் அவற்றோ ரன்ன
சாதலும் புதுவது அன்றே, வாழ்தல்
இனிதென மகிழ்ந்தன்றும் இலமே முனிவின்
இன்னா தென்றலும் இலமே, மின்னொடு
வானம் தண்துளி தலைஇ யானாது
கல் பொருது மிரங்கு மல்லல் பேரியாற்று
நீர்வழிப் படூஉம் புணைபோல் ஆருயிர்
முறை வழிப் படூஉம் என்பது திறவோர்
காட்சியில் தெளிந்தனம் ஆகலின், மாட்சியின்
பெரியோரை வியத்தலும் இலமே,
சிறியோரை இகழ்தல் அதனினும் இலமே.
-கணியன் பூங்குன்றனார்
(புறம்: 192)

பொருள்

எல்லா ஊரும் எம் ஊர்; எல்லா மக்களும் எம் உறவினரே

அப்புறம் என்பது எப்போதும் இல்லை

நாமெல்லாரும் சாவின் ஒரு காலிலும் வாழ்வின் இன்னொரு காலிலும்தான் நடந்து கொண்டிருக்கிறோம். நாம் ஏற்றாலும் ஏற்காவிட்டாலும் விரும்பினாலும் விரும்பாவிட்டாலும் மரணமும் வாழ்வும்தான் நம்மை வழி நடத்திச் செல்கின்றன.

நன்மை தீமை அடுத்தவரால் வருவதில்லை
துன்பமும் ஆறுதலும்கூட மற்றவர் தருவதில்லை
சாதல் புதுமை யில்லை; வாழ்தல்
இன்பமென்று மகிழ்ந்தது இல்லை
வெறுத்து, வாழ்வு துன்பமென ஒதுங்கியதுமில்லை
பேராற்று நீர்வழி ஓடும் தெப்பம்போல
இயற்கைவழி நடக்கும் உயிர்வாழ்வென்று
தக்கோர் ஊட்டிய அறிவால் தெளிந்தோம்
ஆதலினால்,பிறந்து வாழ்வோரில்
சிறியோரை இகழ்ந்து தூற்றியதும் இல்லை
பெரியோரை வியந்து போற்றியதும் இல்லை.

என் நெருக்கமான தோழமைகளுக்குத் தெரியும்; இன்னும் என் வீட்டிற்கு வந்தவர்களுக்குத் தெரியும்; வந்திருந்தாலும் 'சாமி ரூமை பார்த்தவர்களுக்குத் தெரியும். இந்தப் பாடல் வரிகள்தான் எங்களின் கடவுள்.

இப்போது என்கிற சலனமான சிறிய கணத்தில், மிகப் பெரிய ஒன்றை ஒருக்காலும் அளவிட்டு விட முடியாது என்பதாலும், மனிதர்கள் மாறிக் கொண்டே இருப்பவர்கள் இன்று சரி எனத் தோன்றுவது நாளை தவறாகக் கூடும்; தவறென்பது சரியாகக் கூடும்; உண்மை என்பதும் பொய் என்பதும் நிலைத்த தன்மை கொண்டிருப்பதில்லை; எல்லாமே அந்தந்த நேரத்து உண்மைகள், அந்தந்த மனநிலையின் பொய்கள் என்பதாலும் என்னை 'அக்னாஸ்டிக்' என்றே விளித்துக் கொள்வேன்.

கடவுளை பிடித்து உலுக்கிக் கொண்டாடிய காலம் ஒன்று உண்டு; கனகதாரா வாசித்து, கூரையைப் பிய்த்துக் கொண்டு

‘கோல்ட்’ நெல்லிக் கனிகள் கொட்டினால், இந்த ஓட்டு வீடு உடைந்து விடாதா என என் பாட்டியிடம் கவலைப் பட்டதுண்டு.

அம்மா அப்பா சொல்லித்தான் கடவுள் என்கிற நம்பிக்கையை நம்பியது. அது கடவுளின் மேல் கொண்டதல்ல, அம்மா அப்பாவிற்கான அன்பு என்பது புரிய நாளானது.

கடவுள் மறுப்பை ஆண் கைக்கொள்ள முடிவது போல, பெண்இருக்க முடிவதில்லை. குடும்பம் என்கிற அமைப்பு அப்படியானது. குழந்தை என்று வரும்போது, இன்னும் தலையீடுகள் அதிகம்.

கடவுள் மறுப்பாளராகவோ, பெண்ணியம் பேசுபவராகவோ இல்லாமல், குடும்பம் என்கிற அமைப்பிற்குள் இருந்து கொண்டு, தன் இணையரைக் கண்ணியமாக மனிதாபிமானத்துடன் நடத்தும் வெகு சில மனிதர்களைக் கண்டிருக்கிறேன்தான். அவர்கள் வெகு சொற்பம். அவர்கள் கூட ஆண் என்பதால் இது சாத்தியமாகிறது.

தீதும் நன்றும் பிறர் தர வாரா - இந்த வார்த்தைகள் சின்ன வயதிலிருந்து பெரும் குழப்ப சிந்தனையைத் தருவதாக இருந்தது. அதெப்படி ஒருவர் அவருக்கே தீமையை விளைவித்துக் கொள்ள முடியும்?ஒவ்வொருவரும் தனக்கு நன்மைதானே நடக்க வேண்டும் என்று நினைப்பார்கள்.

உண்மையில், நன்மை தீமை என்பதெல்லாம் நாமாக இட்டுக் கொண்ட பெயர்கள். விரும்பியது நடந்தால் நன்மை, விரும்பாதது நடந்தால் தீயது என்று.

நல்லது ஈர்ப்பது போல தீயதும் பல மடங்கு நம்மை ஈர்க்கும். ஏனெனில் இந்த வாழ்க்கையில் வாழ்வை நோக்கிப் போவது போலேயே சாவை நோக்கியும் போவோம். விட்டில் விளக்கை நோக்கிப் போவது போல; ஒரு தப்படியைத் தாமதித்து தன்னுயிர் ஈயும் மான் போல.

நாமெல்லாரும் சாவின் ஒரு காலிலும் வாழ்வின் இன்னொரு காலிலும்தான் நடந்து கொண்டிருக்கிறோம். நாம் ஏற்றாலும் ஏற்காவிட்டாலும் விரும்பினாலும் விரும்பாவிட்டாலும் மரணமும் வாழ்வும்தான் நம்மை வழி நடத்திச் செல்கின்றன.

நாம் இந்தக் கணத்தில் வாழ்கிறோமா

ஒரு வீட்டிற்கு சென்றிருக்கிறோம். 'காஃபி வேண்டுமா' என்று உபசாரமாய்க் கேட்கிறார்கள். வேண்டாமென மறுத்து விடுகிறோம். பின்னும் நீளும் காட்சியின் நீட்சியில், நமக்கு காஃபி குடிக்க வேண்டும் போல இருக்கிறது. அவர்கள் வேண்டுமா எனக் கேட்கவில்லை. அவர்கள் நாம் காஃபி வேண்டாமென மறுத்த மனநிலைக்குச் செல்ல, நாம் காஃபி வேணுமா என அவர்கள் கேட்ட மனநிலைக்குச் செல்கிறோம்.

இப்படியொரு நிறைவற்ற உணர்வை, நிகழ்வற்ற தன்மையை வாழ்வின் எல்லா நிலைகளிலும் ஒவ்வொரு கணமும் வெவ்வேறு விதமாகக் காணமுடிகிறது.

எனக்கே என்னிடம்,

இழந்த அப்பாவின் அன்பைத்தான் எல்லா ஆண்களிலும் தேடிக் கொண்டிருப்பது போல;

அகாலத்தில் மரணித்த தோழியிடம் ஊற்றெடுக்கிற நேசம், எல்லாத் தோழிகளையும் நனைப்பது போல தோன்றுவதுண்டு.

தலையை உதறி, அவரவருக்கானதை அவரவரிடம் பெற வேண்டும், தர வேண்டும் என்று சொல்லிக்கொள்வேன்.

ஒருவர், தான் தனது அத்தை அத்தையிடம் உயிரோடு இருக்கும்போது - அப்போது அவர் வேலையில் இல்லை, படித்துக் கொண்டிருந்தார் - காண்பிக்க முடியாத பாசத்தை, கடைசி காலத்தில் இப்போது அவரது மாமாவிடம் காண்பித்துக் கொண்டிருக்கிறார்.

இன்னொருவர் முறிந்த தன் நட்பிடம் கற்ற பாடத்தை, வரும் நட்புகளிடமெல்லாம் முன்னெச்சரிக்கையாக வெளிப்படுத்துகிறார்.

தனக்கு வாழ்வளித்த துயரங்களை எல்லாம் திராவகமாய் எல்லார் மேலும் தெளித்துப் புகையாகிற ஒருவர்.

முன்பு தவறிழைத்த உறவினரை, அந்தத் தவறிலிருந்தே அவரை அடையாளப்படுத்தி, பிரிந்து தனித்து வாழ்கிற மற்றொருவர்.

பொறுத்துப் பொறுத்துச் சேமித்த வாழ்நாள் கோபத்தை, பிள்ளையின் சிறிய தவறுகளுக்கும் பொறுக்க முடியாமல் வெடிக்கிறார் இன்னொருவர்.

இப்படி வாழ்வின் அத்தனை நிகழ்வுகளும், வாழ்வின் அனைத்து நிலைகளும், ஒவ்வொரு கணமும் ஒன்றோடொன்று பொருந்தாத பல் சக்கரங்கள் போல, முறுக்கி ஒன்றையொன்று இயங்கவிடாமல் இறுகிக் கிடக்க, எப்படி முன்னகர்ந்து செல்வது...

பெரிய விசயங்கள்தான் என்றில்லை, ஒவ்வொரு நொடியும் நாம் கடக்கிற சின்னச் சின்ன விசயங்களிலும் நூற்றாண்டுகளின் புழுதி படர்ந்து கிடப்பதை எப்படிக் கடந்து வருவது....

(2)சிறிதோ பெரிதோ நன்றியை உடனே சொல்லிவிடுவது நல்லது. அல்லது அது பின்னாளில் குற்றவுணர்வாக உருவெடுக்கும்; பிறகு பார்க்கும்போதெல்லாம் ஒவ்வொரு முறையும் நன்றி சொல்ல கடமைப்பட்டு விடுவோம்; நன்றி - விசுவாசமாக மாறி அடிமைப்படுத்தி விடும்.

போலவே, சிறிதோ பெரியதோ நாம் காரணமாக இருக்கிற, அப்படித்தோன்றுகிற, நிகழ்ந்துவிட்ட குற்றங்களுக்கு உடனடியாகவே மனதார மன்னிப்பு கேட்பதும் நலம். இல்லையெனில் அது தரும் குற்றவுணர்வும், பிராயச்சித்தங்களும், வளர்த்தும் பயமும், பயம் தூண்டும் குற்றங்களும் பெருகிக்கொண்டே போகும்.

ஒரு தானியத்தைப் பயிரிடுவது போலத்தான். ஒரு தீயை

ஒரு தானியத்தைப் பயிரிடுவது போலத்தான். ஒரு தீயை அணைக்காமல் சென்றது போலத்தான்.

அணைக்காமல் சென்றது போலத்தான்.

நாம் இப்போது உரையாடுகையில், போனமுறை பார்த்த உங்களோடு நானும், போன முறை பார்த்த என்னோடு நீங்களும் உரையாடலைத் துவக்குகிறோம்.

அல்லது நான் என்று நீங்கள் வைத்திருக்கும் இத்தனைநாள் பிம்பத்தோடு நானும், உங்களைப் பற்றிய பிம்பத்தோடு நானும்.

காலொடிந்திருந்த சமயம். எனது உடல் எடையைக் குறைத்தால்தான் நான் வெகு சீக்கிரம் குணமடைய முடியும். சத்துள்ளதாகவும் அதே சமயம் எடையைக் கூட்டாததாகவும் இருக்க வேண்டும். எனது ஒருநாளின் உணவே, ஒரு டம்ளர் பால், ஒரு மாதுளை இரண்டு சப்பாத்தி, ஏதாவது பயறின் காரமற்ற சுண்டல், ஆட்டுக்கால் பாயா அவ்வளவுதான்.

வாரக்கணக்காக இப்படித்தான். ஓரளவு நலமான சமயம் எனக்கு மிகப் பிடித்த ஆளுமை விருந்திற்கு வந்திருந்தார்.

அவர் வரும்போது நான் காலையிலிருந்தே மெதுவாகச் சமைத்துக் கொண்டிருந்ததால், உணவு ஆறியிருந்தது. எங்கள் வீட்டில் திரும்ப சூடு செய்வதில்லை. செய்தால் அது பழையது; சத்து கெட்டது. எனது ருசியிழந்த நாக்கிற்கு துளி காரமும் அதிகமாகத் தோன்ற, சமையல் ‘சப்’பென்று அமைந்தது.

இன்றுவரை அவருக்கு நான் சமைக்கத் தெரியாதவள்தான்; வேறு சிலருக்கோ நான் அற்புதமாகச் சமைப்பவள், அருமையாகக் கவனித்துக் கொள்பவள்.

சிலருக்கு நான் உம்மணாம்மூஞ்சி; சிலருக்கு நான் வெடிச்சிரிப்புக்காரி. சிலருக்கு நான் தாராளமாகச் செலவு செய்பவள்; சிலருக்கு கஞ்சம்பட்டி. சிலருக்கு நான் ‘மனிமைண்டட்’; சிலருக்கு நான் மனிதர்களை நேசிப்பவள். சிலருக்கு நான் புலம்பல் திலகம்; சிலருக்கு நான் ‘டோன்ட் கேர் மாஸ்டர்’. சிலருக்கு, நட்பென்றால் உயிரையே கொடுப்பவள்; சிலருக்கோ, கரடி

கதையில் போல நண்பரை கரடியிடம் சாகவிட்டு ஓடிப்போன துரோகி. சிலருக்கு என்மேல் அன்பு; சிலருக்கு வெறுப்பு.

இதில் எது உண்மை, எது நான்?

எல்லாமும் உண்மை, எல்லாமும் நான்.

என்னைக் குறையாகச் சொன்னவை அறிய நேரும்போது எதிர்கொள்ள/ ஜீரணிக்கக் கஷ்டமாக இருந்தது.

பிறகான காலங்களில் இன்னொன்றும் புரிய நேர்ந்தது. அந்தந்த நேரத்து உண்மையை எப்போதுமாக்கி பிம்பமாக்குவது. அப்படித்தானே நானும் அவர்களை புரிந்திருக்கிறேன்.

எல்லாருமே இறந்தகாலத்தில்தானே வாழ்கிறோம். இறந்த கால நம்பிக்கைகளின்படிதானே வழி நடக்கிறோம்.

டிஃபன் பாக்ஸில் பாம்' வெடித்தால் - போலீஸார் எல்லா டிஃபன் பாக்ஸை மட்டுமே சோதிப்பது போல; பள்ளிகளில் தீ விபத்து ஏற்பட்டால், பள்ளிகளை மட்டுமே சோதிப்பது போல...

இவர் எனக்கு நன்மையே செய்பவர்; இவர் எனக்கு துன்பமே தருபவர் இப்படி நாமாக எண்ணிக் கொள்வது.

போலவே உடல் நலம் குறித்த நம்பிக்கைகள்; பிம்பங்கள்...

அச்சோ, எனக்கு பஸ்ல போனாலே வாந்தி வரும், அடைச்சு ஏசியைப் போட்டாலே தலைவலி வந்துரும்...

12ம் தேதின்னாலே எனக்கு முடிஞ்சுது கதை, சனிக்கிழமையே எனக்கு ஆகாது... இப்படி...

இந்தப் பொண்ணுங்களே இப்படித்தான் எசமான்; இந்த ஆம்பளைங்களே இப்படித்தாங்க... இப்படி...

அப்புறம் இந்த ஜோசியங்கள்...

இந்த ராசிக்காரர்களே இப்படித்தான், இந்த நட்சத்திரம் கிரகமே இப்படித்தான்...

பிறந்தது முதல் ஐந்தாறு வருடங்களில் அல்லது பனிரெண்டு வயது வரையிலான நிகழ்வுகள்தான் நமதின் முதல் சுற்று வாழ்வு. பிறகு அவையேதான் திரும்பத் திரும்ப வருகின்றன. மரத்தின் இலையுதிர்காலம், வசந்த காலம் போல. வேரறும் நாள் வரை அதேதான்.

நமது மூளை - நமதின் முதன் முதலை - பதித்துக் கொள்கிறது.

அதையே நினைத்து சந்தோஷம் கொள்கிறது; அல்லது பயந்து நடுங்குகிறது. அதையேதான் மறுசுற்றாக்கித் தருகிறது.

நமது குழந்தைப் பருவத்தில், எந்த எதிர்பார்ப்பும் இல்லாமல்தான் இவை எல்லாவற்றையும் எதிர்கொண்டோம்.

முதல் சுற்று என்பது விதி. நம்மால் மாற்றவே முடியாதது. ஆனால், அடுத்தடுத்த சுற்றுகள் நமக்கான வாய்ப்பு. ஒவ்வொரு நாளும் ஒரு நூல் நகர்த்த முடிந்தால் கூட போதும். மாற்றம்தான். வாய்ப்புதான். வெற்றிதான். அனுபவம்தான்.

எதிர் காலத்தையே மாற்றும் வல்லமை இந்த நாளுக்கு உண்டு; இந்த கணத்திற்கு நிச்சயம் உண்டு. இந்த கணம் என்பது நாளைய இறந்த காலம்தானே, நாம் இறந்த காலத்தில் வாழ்பவர்கள்தாமே.

எனவே, நம் குழந்தைகளுக்கு நல்ல 'முதல்'களைக் கொடுத்தால் போதும்!!! அதுவே போதும்!!!

என் சுவாசக் காற்றே

செப் 1 - 5 (2021) என் மூச்சுக் காற்று கொடைக்கானலில் இருந்தது. அங்கு சென்று என் சுவாசத்தை எடுத்துக் கொண்டேன். ஆம்; இப்படித்தான் சொல்ல வேண்டும். இப்போதுதான் அப்படிச் சொல்லத் தோன்றுகிறது.

ஒவ்வொரு இடத்திலும் நமக்கான மூச்சு இருக்கிறது; அங்கு சென்று அதைப் பெற்றுக் கொள்ள வேண்டும்; எங்கெல்லாம் என்று நமக்கு உணரத் தெரிய வேண்டும். அப்படி ஒவ்வொரு மனிதரிடத்தும் நமக்கான அன்பு இருக்கிறது; அதைப் பெறவும் தரவும் தெரியாமல், மாறிப் புரியும்போது குழப்பம் ஏற்படுகிறது.

இந்த உலகம் நம்மை எங்கெல்லாம் கொண்டு செல்லும்? வாழ்க்கை என்னவெல்லாம் தரும்? யாருக்குத் தெரியும்?

எனது மகளுக்கு பெரிய பெரிய விருப்பங்கள்; பெரிய பெரிய கனவுகள். எல்லாமே 'பெரிதினும் பெரிது கேள்' தான். 'Think Big' டைப்தான்.

பிறந்த நாள்களை, பயணம் என்பதை என்னவென்று புரியாமல் நோக்கங்களற்ற லோக்கல் ட்ரெய்ன், பஸ், ஆட்டோ, டூ வீலர் சுற்றல்களாக நாங்கள் தொடங்கிய பொழுது - கூடவே கற்றல்

பரிசாக 'எப்போதும் மனதிற்கு ஒன்று, உடலுக்கு ஒன்று' என அவருக்குப் பரிசளிப்பேன். உதாரணமாக,

'கராத்தே' உடலுக்கு என்றால், அவர் தானாக விரும்பித் தேர்ந்த மனதிற்கான கலை 'ட்ரம்ஸ்', அப்படி.

அவர், பள்ளியில் இரண்டாவது படிக்கையில் அங்கு *Foot Ball* இல்லாத காரணத்தால், நான் அவரை பேஸ்கெட் பாலில் சேரச் சொல்லிக் கேட்டபோது அவர் ஸ்கேட்டிங்கைத் தேர்ந்தார்.

பள்ளியில் ஸ்கேட்டிங் சேர்ந்த உடனேயே மேலும் அவர் கற்றுக் கொள்ளும் விருப்பமாக, அல்லது நானும் அவரோடு பயிலும் நோக்கத்துடன் வார இறுதியில், பள்ளியில் கற்பது தவிரவும், நாங்களாகத் தனியாக ஸ்கேட்டிங் வகுப்பில் சேர்ந்தோம். மாஸ்டர் அவரிடம் 'எதற்காக ஸ்கேட்டிங் கற்க விரும்புகிறாய்?' என்று கேட்டதற்கு, 'எனக்கு பனிச்சறுக்கு கற்கத்தான் விருப்பம், அது ஹிமாலயாஸில் இருக்கிறது; எனக்கு ஹிமாலயாஸ் போக விருப்பம்; பனிச்சறுக்கு சென்னையில் இல்லை; அதனால் ஸ்கேட்டிங்!' என்றார். பிறகு கீதாவுடனான முதல் ட்ரெக்கிங்கின்போது ஹிமாலயாஸ் ட்ரெக்கிங் விருப்பத்தை வெளிப்படுத்தினார். அந்த கனவு மேலும் விரிந்தது.

ஹிமாலயாஸ் செல்ல குறைந்தபட்சம் இத்தனை ட்ரெக்குகள் முடித்திருக்க வேண்டும்; குறைந்தது 16 வயது நிறைவடைந்திருக்க வேண்டும்; அந்த பதினாறு வயதிற்குள் தேவைப்பட்ட அளவு ட்ரெக்குகள் கீதாவுடன் *YHAI*ஐ வழியாக பயணங்கள், சாவித்ரிபாய் ஃபுலே பெண்கள் பயணக்குழு வழியாக மற்றும் தனிப்பட்ட பயணங்கள் சென்றோம்.

கீதா எப்போதும் சொல்வார். 'ட்ரெக்கிங் போக தயார் பண்ணுவதில், ரித்திகாவைப் பற்றி மட்டும் நான் கவலைப்படவே மாட்டேன். தன் உடல் உறுதிக்கு எப்படி பயிற்சி பண்ண வேண்டும் என அவருக்குச் சொல்லவே தேவையில்லை' என்று.

ரித்திகா கராத்தே மற்றும் டேக்வொன்டோ இரண்டிலும் ப்ளாக் பெல்ட் முடித்தாகிவிட்டது. ஹிமாலயாஸ் செல்ல இவை உடல் உறுதிக்கு சரி; கராத்தே என்பதே கண்களைத் திறந்தபடி செய்யும் தியானம் என்றாலும், கூடுதல் மன உறுதிக்கு அவரை விபாஸனா அனுப்பவும் நினைத்திருந்தேன். அங்கு பத்து தினங்கள் தொடர்ந்து பேசாமல் இருக்க வேண்டும்; ஒருவரை ஒருவர் கண்களைக் கூட

உற்று நோக்காமல் இருக்க வேண்டும்; ஜாடையாகக் கூடப் பேசக் கூடாது; எதுவும் வாசிக்கக் கூடாது; எழுதவும் கூடாது. இப்படி ஏகப்பட்ட தீவிர கெடுபிடி நடைமுறைகள் மற்றும் கட்டுப்பாடுகள் உண்டு. ஏற்கெனவே அகவெளிப் பயணம் செய்தவர்களுக்கே, முதல் மூன்று நாட்கள் தமக்குள் தாம் மூழ்கி, விழித்தெழ மிகக் கடினமானதாயிருக்கும்.

மேலும், விபாஸனா பயில, 18 வயது நிறைவடைந்திருக்க வேண்டும். விபாஸனா என்றால் என்ன என்றறிய, ரித்திகாவை குழந்தைகளுக்கான ஒருநாள் பயிற்சி வகுப்புகளுக்கு அழைத்துப் போயிருக்கிறேன். ஆனால், ஏனோ எதனாலோ அவை அவருக்குப் பிடிக்கவில்லை. பத்து நாள் பயிற்சி வகுப்புகள் எனக்கு என் தன்மைக்கு சரி, ஆனால் ரித்திகாவுக்குச் சரிப்பட்டு வருமெனத் தோன்றவில்லை.

இப்போது இனி ஓரிரு வருடங்களில் கல்லூரி வாழ்க்கைக்காக, நாங்கள் பிரிந்துதான் ஆக வேண்டும்; அதற்கு இப்போதிருந்தே நாங்கள் மனத்தளவில் தயாராக வேண்டும். சிறுவயதிலேயே விடுமுறையில் முப்பது நாட்கள் வரை தொடர்ந்து பிரிந்திருக்கிறோம் என்றாலும், அவை அக்கா வீடு, அம்மா வீடு என வசதியான பிரிவுகள். தனியே, தானே எல்லாம் செய்தாக வேண்டியது அங்கில்லை.

ரித்திகாவின் மீது எனக்குள்ள பிடிப்புகள், பயங்கள், எதிர்பார்ப்புகள், அதிகப்படியான கற்பனைப் பதற்றங்கள், அன்பெனும் பெயரில் கட்டுப்பாடுகள், கவனங்கள், பிரியத்தின் பேரிலான நிர்ப்பந்தங்கள், கடமைகள், பொறுப்புகள் - இவை பற்றி எவ்வளவோ நானும் ரித்திகாவும் விவாதித்திருக்கிறோம்; பேசி இருக்கிறோம்; பேசிப் பேசி சரி செய்து கொண்டே வந்திருக்கிறோம்.

இப்படி நேரத்தில்தான் விபாஸனாவை எனக்கு முதலாக அறிமுகப்படுத்திய கீதா 'போதிஜெண்டோ'வையும் அறிமுகம் செய்தார். வாழ்நாள் பரிசு. நன்றி கீதா! கூடவே நான் இந்த முறை ஜான்ஸிக்கும் ஹரிணிக்கும் நன்றி சொல்ல வேண்டும். இவர்கள் மூவரும் இல்லாது எனக்கு இந்த பயணம் சாத்தியப்பட்டிருக்காது. முதல் முதலாக ஒரு புது முயற்சியை செய்ய வேண்டுமானால், அதெனக்கு மலையைப் பெயர்த்து, வேறிடத்தில் வைப்பது போல. இதில் எனது அப்படியான பெயர்ச்சிக்கு இந்த மூவரும்

32 அப்புறம் என்பது எப்போதும் இல்லை

ஒவ்வொரு இடத்திலும் நமக்கான மூச்சு இருக்கிறது; அங்கு சென்று அதைப் பெற்றுக் கொள்ள வேண்டும்; எங்கெல்லாம் என்று நமக்கு உணரத் தெரிய வேண்டும். அப்படி ஒவ்வொரு மனிதரிடத்தும் நமக்கான அன்பு இருக்கிறது; அதைப் பெறவும் தரவும் தெரியாமல், மாறிப் புரியும்போது குழப்பம் ஏற்படுகிறது.

தானறிந்தும் தானறியாமலும் வித்திட்டார்கள்.

கீதா கொடைக்கானல், பெருமாள் மலையின் 'போதிஜெண்டோ' பற்றிப் பேசுகையிலேயே அதை ரித்திகாவுக்குப் பிடித்திருந்தது. நெறிமுறைகள் விபாஸனாவைப் போலக் கடுமையாக இல்லாமல், மென்மையான அதிமென்மையான அதன் அணுகுமுறை பிடித்திருந்தது. போனோம்.

இரண்டுநாள் வகுப்புதான். நாங்கள் நான்கு நாட்கள் பயணமாகச் சென்றிருந்தோம். முதல்நாள் பேசி வைத்துக்கொண்டோம். ஞாநி சாரின் பரீட்ஷா வகுப்புகளில் போல 'நீ யாரோ, நான் யாரோ' என்றுதான் இருக்க வேண்டும் என்று. தனித்தனி அறைகள். நான் முழுக்க அம்மா - மகளெனும் பொறுப்பின் பிணைப்புகளை மனதிலிருந்து ஓரளவாவது விலக்க நினைத்தேன். கீதாவின் அறைக்குப் பக்கத்து அறையில் ரித்திகா தங்குவது எனவும், காலையில் எழுப்ப மட்டும் நான் வருவேன் என்றும் பேசினோம். ஆனால் அதற்குக் கூட அவசியப்படவில்லை. அதிகாலை அவர்கள் 'கிணி கிணி'என மணியடித்ததில் யாரும் எழாமல் இருக்க முடியாது.

கொடைக்கானலின் இதமான குளிரும், பெருமாள் மலையில் பசுமையும், ஜென் தோட்டத்தின் அழகும், பூக்களும், இலைகளிலேயே அத்தனை வடிவங்களுடன் கூடிய மரங்களும் மனதிற்கு நிதானமான அமைதியைத் தந்தன. நான் எனது போராட்டமான மனதுடன் இருந்ததால், இவற்றை அவ்வளவாக ரசிக்க முடியவில்லை.

அங்கிருந்த யாருக்கும் நானும் ரித்திகாவும் அம்மா மகளெனத் தெரியவில்லை. பெரும்பாலும் எல்லாரும் அவரை கீதாவின் மகளாகக் கருதினார்கள். இது நிகழ்வதுதான். நானும் ரித்திகாவும் எதிரெதிர் துருவ உடல் மற்றும் மன அமைப்புகளில் இருப்பதால்,

ஊரில் என் அக்காவின் மகளென நினைப்பார்கள்; பறை வகுப்பில், இன்னொரு தோழரின் மகளாக நினைத்தார்கள்; என் மகள் என்று சாதாரணமாக நினைக்க மாட்டார்கள்.

போதிஜெண்டோ'வில் எளிய விதிமுறைகள், மலைப்பாதைகளில் நடைப் பயிற்சி, தியான வகுப்புகள், மனதால் ஒரு நாள் நீண்டு நீண்டு வளர்ந்து எங்கோ செல்வது - அனைத்தும் அமைதியாக சென்றன.

தியானப் பயிற்சிக்கு முதல்நாள் ரித்திகா கீதா மற்றும் ஜான்சியோடு கொடைக்கானல் ஏரிக் கரையோரம் சைக்கிள் விடச் சென்றார். 6 வருடங்கள் முன்பு கற்றது; வீட்டில் சைக்கிள் வாங்கி அப்படியே வைத்ததுதான். பிறகு தொடவே இல்லை. பொதுவாகச் சொல்லிப் பார்த்து விட்டுவிட்டேன். அதற்கப்புறம் இங்கு கொடைக்கானல் சாலைகளில் எப்படி ஓட்டுவாரோ என்னவோ என பயம் எழுந்தது. ஆனால், கொடைக்கானல் ஏரி போய், சைக்கிள் ஓட்டிவிட்டு பிள்ளை படு உற்சாகமாக வந்தார்.

தியான பயிற்சி வகுப்புகளில் தனக்கு உற்ற முறையாக வஜ்ராசனத்தில் அமர்ந்து ஒரு நிமிசம் கூட அசையாமல் கற்றார். காலையுணவு, மதியவுணவு, இரவுணவு வேளைகளில் உற்சாகமாகக் காணப்பட்டார். முடிந்தவரை பேசாமலிருந்தார். கீதா பின்னாலேயே சுற்றிக் கொண்டிருந்தார்.

கிளம்பும் நாளில் அங்கிருந்த ஜென் குரு 'ரால்ஃப்'போடு புகைப்படம் எடுக்க விரும்பியபோது, ரால்ஃப் ஜெர்மனி நாட்டுக்காரர். 'என்ன, ரித்திகா உன் மகளா? நீ தியானத்தின்போது அவ்வளவு டான்ஸ் ஆடினாய்; உன் மகள் 'பின்ச்' கூட அசையலை' என்று வியந்தார்.

பிறகு, 90 வயது மதிக்கத் தக்க 'கூப்பரு'டன் புகைப்படம் எடுத்துக் கொண்டோம்.

எண்ணங்கள், உள்ளுணர்வுகள்:

அங்கு தியானத்தின்போது இருவேறு விதமான, எதிர் எதிரான, முற்றிலும் விரோதமான, முற்றிலும் சிநேகமான - இவை எல்லாவற்றிற்கும் சம்பந்தமில்லாத வெறுமையான நிறைவான உணர்வுகள் தோன்றின.

எது என்றாலும் இந்த வாழ்வில் எல்லாமே பிரபஞ்சம் தருவதுதானே என எந்த தயார் படுத்துதலும் இல்லாத, நோக்கங்கள்

இல்லாத, சூழலை அதன் போக்கில் பயமற்று நம்பிக்கையுடன் விருப்பத்துடன் எதிர்கொள்ளும் மனிதர்களின் நட்பை ஏற்பது...

பிரபஞ்சம் (நம்மைத் தவிர எல்லாரும் பிரபஞ்சம்) பார்த்துக்கொள்ளும் என்று நம் பங்கு பொறுப்பை கடமைகளைச் செய்யத் தவறுவது; நிகழாததற்கு பிரபஞ்சத்தின் மேல் பழிபோடுவது ... பயத்தின் அவநம்பிக்கையின் காரணமாக எல்லாரையும் (பிரபஞ்சத்தை) எப்போதும் சந்தேகிப்பது...

-இப்படி-

ஒருநாளில் மனதில் அறுபத்தையாயிரத்திற்கு மேற்பட்ட எண்ணங்கள் தோன்றுகின்றன. அத்தனை எண்ணங்களின் பின்னாலும் ஓடிக் களைத்து, உற்சாகமாகி, பதறி, செத்து, உயிர்த்து, பூரித்து, துடித்து, துடிப்படங்கி, முன்னகர்ந்து, பின்னகர்ந்து, மூச்சிழைக்க உச்சிக்கு ஏறி, பாதாளத்தில் வீழ்ந்து, நீருள் மூச்சுக்குத் தவித்து, பலூனாகக் காற்றின் உயரத்தில் பறந்து வெடித்து, தீயாகக் கொதித்து, அனலில் தீய்ந்து, கருகி அற்று, சருக்கி பூமியில் புதைந்து, முட்டி முளைத்து, பூவாகி மணத்து - எல்லாமாகி, எல்லாம் ஆகாமலும் ஆகி, அவை நல்ல எண்ணங்களோ/ கெட்ட எண்ணங்களோ, பிடித்தவையோ பிடிக்காதவையோ, நாமாக வலியத் தோற்றுவித்தவையோ, தாமாக் தோன்றியவையோ - நாம் ஓடித் தவ்விக் குதித்து விழுந்து உருண்டு மிதிபட்டு போராடித் தவித்து விடுபட்டு விண்ணேகிக் களைத்துப் போகிறோம். மனதும் உடலும் எண்ணங்களுக்கு எதிர்வினை புரிந்து புரிந்து - அதுதான் நோய்கள்.

குழந்தையின் விளையாட்டைப் பார்ப்பதுபோல, எண்ணங்களைப் பார்க்கப் பழகும்போது, எண்ணங்களுடன் நட்பு கொள்ளும்போது, பயமற்று ஆகும்போது, மனஅழுத்தமும் மனச்சிதறலும் அதனாலான நோய்களும் இல்லை.

நாம் பொதுவாக எப்போதும் சுற்றிச் சுழலும் எண்ணங்களுக்கே மதிப்பளித்து எதிர்வினை புரிந்து, உள்ளுணர்வின் மெல்லிய இறகு தொடலை, குரலற்ற தவிப்பைக் கவனிக்கத் தவறுகிறோம்.

இதுவே, இவையே இப்போதைய உணர்தல்.

எல்லாருக்கும் என் அன்பு.

(2)எத்தனையோ ஜென் புத்தகங்கள், கதைகள் வாசித்திருந்தபோதும், மிக முழுமையான தொகுப்பாக, கேரன்

சிவன் தொகுத்திருந்த - ஆங்கிலத்திலிருந்து தமிழில் சேஷையா ரவி மொழிபெயர்த்திருந்த, ஆமா சாமி அவர்கள் அறிமுகமும் முன்னுரையும் தந்திருந்த 'நான் யார் - தேடலும் வீடுபேறு அடைதலும்' என்கிற புத்தகம் 2019 ஆண்டு, அடையாளம் பதிப்பக வெளியீடாக, 173 ஜென் கதைகளாலும் 10 மாடு மேய்க்கும் படங்களிலிருந்தும் விழிப்புணர்வு பெறுங்கள் என்கிற வாசகத்தோடு வந்திருந்தது, இத்தனை வருடத் தேடல்களை நிறைவு செய்வதாக அமைந்திருந்தது.

ஆமா சாமி பேர் வித்தியாசமாக இருந்தது; ஏனோ மனதில் பதிந்தது.

நான் போதி ஜெண்டோ போகையில் என்னை உயிர்வரைப் பாதிப்பனவாக இரண்டு விசயங்கள் இருந்தன.

என்னதான் நம் அறிவின் துணை கொண்டு, அனுபவங்களின் துணை கொண்டு முதிர்ச்சியாக சிந்திப்பவர்களாக இருந்தாலும், மனதில் தைத்த முள்ளாக, ரத்தமும் சீழும் வர, நம் நிதானத்தைச் சீர்குலைப்பனவாக சில இருக்கும்.

எப்போதும் வடுவாக, நம்மை மீறியனவாக, காலத்தைத் தாண்டியனவாக சில தங்கிவிடும்; சில காலப்போக்கில் மறைந்துவிடும்; சில மறைந்தாற்போல இருக்கும்; திடும்மென முளைவிட்டுக் கிளைவிடும்.

ஆனால், அவை நிகழும் காலத்தில் நம் மனதை அப்படிப் பேரலையாய் ஆட்டிப்படைக்கும்.

அப்படி மனதை நிலைகொள்ளாமல் ஆக்கிய இரண்டு விசயங்கள்:

1. அன்புத் தோழி சபிதாவின் திடீர் மறைவு. நினைக்கும்போதெல்லாம் மனம் கொந்தளித்தது; டிஸ்கவரி புக் பேலஸ் போனால், எனது இன்னுமொரு உற்ற தோழமையின் வீட்டிற்குப் போனால், அவை போகும் வழியில் உள்ள சபிதா வீட்டுக்குப் போவதும் நிகழும்; சிலப்போது சபிதா வீட்டிலேயே நேரமாகி விட்டால், மற்ற இடங்களுக்குப் போகாமல் திரும்பியதும் உண்டு. அவர் மறைவிற்குப் பிறகு கார் தானாக அவர் வீடு போய் நின்றதும், அவர் எண்ணை அழைக்க முற்பட்டதும் நடந்தது.

பள்ளி விளையாட்டினிடை ஓடி என் அப்பா கடையில் நின்றதற்கு ஒப்பாக இருந்தது அது. அப்பா இறந்ததை மறந்து, கடை

இல்லை என்பதையும் மறந்து தானொழிந்த கணங்கள் அவை.

சிலவற்றை சொல்ல முற்படுகையில், மிகையாகத் தோன்றும்; ஆனால், நிஜமோ மிகையை விட, அதி மிகையானது.

சபிதாவை சொந்தம் கொண்டாட எவ்வளவோபேர்; அத்தனை பேரோடும் அவருக்கு ஆத்மார்ந்த நட்பிருந்தது.

நான் சொல்கிறேன்; அவர்கள் சொல்லவில்லை. நான் வெளிப்படுத்துகிறேன்; அவர்கள் மௌனித்துத் தனித்திருக்கிறார்கள். அவ்வளவுதான். சொல்லப்போனால், என் தவிப்பும் ஏக்கமும் அவர்களுக்கும் சேர்த்து அனைவருக்குமானதுதான்.

2.இதற்கு முற்றிலும் மாறான வெகு சாதாரணமான வெகு சிறிய, ஆனால் மனதைத் தொந்தரவு செய்வதாக இருந்த இன்னொரு விசயம். அலுவலகத்தில் தேநீர் தரும் பெண்மணி எனக்கு எச்சில் துப்பித் தந்துவிட்டார்.

இது புரியவும் புரிந்து கேட்டு அழுது மன்னிப்பு கேட்டு மன்னித்து (?!) ஆனால் மனிதர்கள் மேல் நான் கொண்ட நம்பிக்கையை சோதிப்பதாக இது அமைந்தது.

ஒரு வருடமாக தேநீர் குடிப்பதைத் தவிர்த்தேன்; வீட்டிலும் தேநீர் குடிப்பதை விட்டேன். என்னால் எங்கும் எதுவும் வாங்கிச் சாப்பிட முடியவில்லை; மனம் கடும் போராட்டத்திலிருந்தது. யாரிடமும் எதற்கும் சிடுசிடுத்தேன். இன்னார்மேல்தான் என்றில்லாமல், எல்லார் மேலும் சந்தேகம், எல்லார் மேலும் கோபம்; நினைக்கும்போதெல்லாம் உணவு குறித்த ஒவ்வாமை.

இப்படியாகக் கழிந்த ஒரு வருடத்திற்குப் பிறகு, இதிலிருந்து விடுபட நினைத்தேன். சம்பந்தப்பட்டவரை மனதார மன்னித்தேன். ஆனால், இந்தக் காலக்கட்டத்தில் நானே அறியாமல், முழுக்கத் தேநீரிலிருந்து, காஃபிக்கு மாறியிருந்தேன்.

இது எதோ எனக்கும் சபிதாவுக்கும் நேநீருக்கான பந்தம் முற்றியது போல. இப்படி நிலையில் போதி ஜெண்டோ, பெருமாள் மலை, கொடைக்கானல் - கீதா அழைக்க, கீதா, ஜான்சி, ஹரிணி மூவரும் ஏற்பாடுகள் செய்து கூட்டிப் போனது நடந்தது.

நான் அங்கு இந்த இரு விசயங்களையும் மனதால் மறக்காமல் எடுத்துப் போனேன். தியானத்தில், என்னை நானே பண்பட்டு அறிய, இவற்றைத் தீவிரமாக யோசிக்கத் தலைப்பட்டேன். முடிவில்லாமல் நினைத்துக் கொண்டே இருந்தேன்.

போதி ஜெண்டோவில், இருநாள் மௌனம் நிறைவடைந்து கேள்வி - பதில் பகுதி வைப்பார்கள். அதில் ஜென் குரு 'ஆமாசாமி' வந்தார். யாரும் அங்கு தன் சந்தேகங்களைக் கேட்கலாம்.

நாம் திறமையானவர்களாக, நல்லவர்களாக, நல்லதே நினைப்பவர்களாக இருந்தாலும் எதிர் வரும் வண்டிக் காரரும் நன்றாக வண்டி ஓட்டினால்தானே நாமும் நன்றாக இருக்க முடியும்; அப்போது எண்ணம் போல் வாழ்வு - என்பது ஒருவர் சம்பந்தப்பட்ட எண்ணம் மட்டும் அல்லவே.

எனவே நான், 'ஒருவர் செய்யும் காரியத்தின் விளைவு அது நல்லதோ / கெட்டதோ, மற்றவரைப் பாதிக்கிறதே ஏன், விடுபட என்ன செய்வது' என்று கேட்டேன்.

அதற்கு அவர், நல்லது கெட்டது என யோசிப்பது நம் மனம்தான்; தன் செயலால் வெறுப்பு தோன்றச் செய்யும் நபர்களை, மனதார அணைத்துக் கொள்ளச் சொன்னார். வெறுப்பின் கோபத்தின் பிம்பத்திலேயே நிற்காமல் நகரச் சொன்னார்.

இறப்பு பற்றிய இன்னொருவரின் கேள்விக்குப் பதிலளிக்கையில், நிகழ் என்பது நகர்ந்து கொண்டே இருக்கிறது; நாமோ இறந்த காலத்தின் பிம்பத்தோடே நம்மைப் பிணைத்துக் கொண்டிருக்கிறோம்; இனி இல்லை என்பதன் உண்மையை ஏற்க மறுக்கிறோம் - என்பதாகச் சொன்னார்.

(அவரது பதில்களை என் நினைவிலிருந்து எழுதி இருக்கிறேன். வார்த்தைகள் சற்று முன்னே பின்னே இருக்கலாம். சாரம் இதுதான்).

ஆனால், அவர் சொன்னதை நிகழ்த்திப் பார்ப்பது என்பது சாதாரணமாக இருக்கவில்லை.

காரை மிக வேகத்தில் ஓவர்டேக் பண்ணி, காரை ஒட்டியே எஸ் டான்ஸ் ஆடி பைக் ஓட்டிப் பதறடிப்பவரை, மனதால் அணைப்பது எப்படி சாத்தியம்?

நம்மிடம் இன்னொரு நட்பு பற்றிய தன் ஒட்டு மொத்த வருத்தங்களையும் கொட்டிவிட்டு, யாரைப் பற்றி வருந்தினாரோ அவரிடமே போய் தான் சொல்லியதை நாம் சொல்லியதாகச் சொல்பவரை?

அதை அப்படியே நம்பி, நம்மை சொல்லால் துன்புறுத்திக் கொண்டே இருப்பவரை?

அன்பால் அல்ல, தான் மிதிக்க ஒரு ஜீவன் வேண்டும், சதா அந்த ஜீவனை மட்டம் தட்டித் தன்னை உயர்த்திக் கொள்ள வேண்டும் என்றிருப்போரை?

ஒரே தகவலை, ஒருவரிடம் கேட்டு, அதையே சம்பந்தப்பட்ட ஒவ்வொருவரிடமும் திருப்பித் திருப்பி உறுதிப்படுத்திக் கொண்டிருப்பவர்களை?

அரைகுறையாகக் காதில் வாங்கி, அதையே எல்லாரிடமும் பரப்பிக் கொண்டிருப்பவர்களை?

தன்னை நல்லவராகக் காட்டிக் கொள்ள - இருவர் சம்பந்தப்பட்ட தவறுகளில் - இன்னொருவரைக் குற்றவாளி ஆக்குபவர்களை?

ஒருவரின் எத்தனை உயர்வையும் 'எடுபிடி'யாக்கத் துணிபவர்களை?

உள்ளொன்று வைத்துப் புறம் ஒன்று பேசுபவர்களை?

சாதாரணமாக நேரே இயல்பாக நிகழ்த்திக் கொள்ள வேண்டிய எளிய ஒன்றைக் கூடத் திருகலாக யோசித்து நம்மில் மனக் கசப்பு ஏற்படுத்துபவர்களை?

- எல்லாரையும், எல்லாரையும் உடனடியாக, மனதார, மன முழுமையுடன் மனதால் அணைத்துக் கொள்ளப் பழகுகிறேன். இது மிகுந்த மனப்போராட்டமான மனப் பயிற்சியாக இருக்கிறது; ஆனால், நாளின் முடிவில் நிறைவாக இருக்கிறது.

இதெல்லாம் மீறி சிலருண்டு; 'நட்டாலும் நண்பல்லார் நண்பல்லர்' வகை; அவர்களோடு நாம் விலகிச் செல்வதே இருவரும் முட்டி மோதாமல், விபத்தாகாமல், எல்லாருக்கும் நலம் பயப்பதாக இருக்கும்; ஏனெனில், எல்லாருக்கும் நல்லவராக, ஒரு காலமும் நாம் ஆக முடியாது; ஆகத் தேவையுமில்லை.

அந்தநாள் ஞாபகம்

அந்தநாள் ஞாபகம் # 1

ஆயிரத்தில் ஒருவன் படம் ரிலீசான நேரம். அப்போதெல்லாம் நெட்டில் படம் புக் பண்ணும் வசதி வந்திருக்கவில்லை. நானாகப் போய் படம் புக் பண்ணத் தயக்கம். ஆஃபிஸில் இன்னொரு டிபார்ட்மெண்ட் ராம்பிரபுவின் அசிஸ்டெண்ட் இந்த விசயத்தில் எல்லாருக்கும் உதவுவான். அவன்தான் எனக்கும் ரித்திகாவுக்கும் படம் வந்த இரண்டாம் நாள் டிக்கெட் புக் பண்ணித் தந்தான். அவன் முதல்நாளே படம் பார்த்துவிட்டான்.

'எப்படிப்பா இருக்கு படம்?'

'சூப்பரா இருக்கு மேடம்'

ஈவ்னிங் ஷோ படம். அரை மணி கூட படத்தைப் பார்க்க முடியவில்லை. 'உம்மேல ஆசதான்' பாட்டு இனிமேல் எப்போதும் கேட்கவே முடியாதபடி அவ்வளவு அற்புதமாகக் காட்சி அமைக்கப்பட்டிருந்தது. 'பருத்தி வீரன்' படத்தில் கார்த்தி நடிப்பில் வாங்கியிருந்த பெயரும், புதுப்பேட்டை, 7ஜி ரெயின்போ காலனி, இன்னும் சில படங்களில் சில காட்சிகளால் மனதின் மதிப்பில் கொஞ்சமாவது உயர்ந்திருந்த செல்வராகவனும்.. ஐயோ... அந்தப் பேரைக் கேட்டாலே இன்றுவரை

அப்புறம் என்பது எப்போதும் இல்லை

காததூரம் ஓடுகிற, அந்தளவு ஒவ்வாமையைக் கொடுத்தது 1000ல் ஒருவன் படம்.

அவனும் அவன் டிபார்ட்மெண்ட் ஹெட் ராம்பிரபுவும் எங்களுக்கு அடுத்து நைட் ஷோ போவதாக வேறு பேசிக்கொண்டிருந்தனர்.

மறுநாள் ஆஃபிஸ் போனதும் நேராக அவனிடம் போனேன்.

ராம் பிரபு செக்கச் செவேலென முகம் சிவந்து அமர்ந்திருந்தார். என்ன பிரச்சினை அவர்களுக்குள்ளே என்று புரியவில்லை.

நான் இவனிடம், 'முதல் நாளே நீ படம் பாத்துட்டியே. அப்படி இருந்தும் ஏன் எனக்கு டிக்கெட் வாங்கிக் குடுத்தே. படம் சூப்பர்னு வேற சொன்னியே. உன்னைய நம்பித்தானே போனோம். ரித்திகா கழுவி கழுவி ஊத்துறாப்புல. ஏன் இப்படி பண்ணே?'

கடுகடுவென்றிருந்த அவன் ஹெட் ராம் பிரபு 'அட, நீங்க வேற மேடம். நேத்து என்னையும் கூட்டிட்டுப் போய், 'வாங்க சார் நல்லாருக்கு'னு படம் பாக்க வச்சிட்டான். அந்த எரிச்சல்லதான் திட்டிக்கிட்டிருக்கேன்.

'அதான் படத்தோட லச்சணம் இப்படி இருக்கே. எப்படிறா அதை ரெண்டாவதுவாட்டி வேற பார்த்தே'

செந்திலைப் போல தலையை கழுத்தோடு ஒட்ட வைத்து குனிந்திருந்த அவன்,

'சரி, நமக்குதான் புரியலை; உங்களுக்கும் சாருக்குமாவது படம் புரியுதான்னு பார்த்தேன் மேடம்'.

அடப்பாவி டேய்.... 'யாம் பெற்ற இன்பம்...'

ஃ

அந்தநாள் ஞாபகம் # 2

எனக்கு அப்போது பதின் பருவம். அம்மா வேலை செய்து கொண்டிருந்த ஹாஸ்பிடலின் பின் பக்கத்தில்தான் குடியிருப்பு.

பக்கத்து வீட்டில், சத்யா பிரியங்கா என்று அக்கா தங்கைகள். சத்யாவுக்கு 3 வயது. பிரியங்காவுக்கு 2.

அது லைன் வீடு. ஒற்றைச் சுவர். ஒரு வீட்டில் நடப்பது, அடுத்த வீட்டிற்கு நிச்சயமாய் தெரிந்தே தீரும். பத்து வீட்டிற்கும் ஒரே பைப். நல்ல தண்ணீர் வந்தால், அடிதடிதான். முறை வரிசை எல்லாம் வைத்து, எல்லோருமாக ஓரொழுங்கிற்குக் கொண்டு

வந்திருந்தோம். ஆனால், தண்ணீருக்கு நேரம் காலம் கிடையாது. ஒருநாள் விட்டு ஒருநாள் எந்த நேரம் வேண்டுமானாலும் வரலாம். நடு ராத்திரி கூட வரும். தபதபவென எல்லார் வீட்டுக் கதவையும் தட்டிவிட்டு ஓடுவார்கள்.

அன்றைக்கு நடுராத்திரி தண்ணீர் வர, கரெண்டும் போய்விட்டது. இந்தப் பிள்ளைகளும் எழுந்து கொண்டு ஒரே ஆட்டம். சத்யாம்மா மெழுகுவர்த்தி ஏற்றி வைத்து தண்ணீர் பிடிக்க வீட்டிற்கும் கடைக்கோடிக்குமாக அலைந்து கொண்டிருந்தார்.

திடீரென்று பிள்ளையின் அலறல் சப்தம். கொஞ்சம் பேர் பிரியங்காவைத் தூக்கிக்கொண்டு ஹாஸ்பிடலுக்கு ஓட, நாங்கள் சத்யாம்மா சத்யாவை அடித்துவிடாமல் எங்கள் வீட்டுக்குக் கொண்டு போய்விட்டோம்.

சத்யாம்மா, வாசல்படியில் தலையில் கை வைத்து உட்கார்ந்து விட்டார். கோபமெல்லாம் தணிந்த பிறகு என்னவென்று விசாரித்தால், சத்யா ஒயரை மெழுகுவர்த்தியில் உருக்கி, தங்கை பிரியங்காவின் கையில் விட்டிருக்கிறாள். கேட்டால்,

'உருக்கி ஊத்தினால் என்னாகும்னு பார்த்தேன்'

'அடக்கடவுளே, அப்படின்னா அதையேன் நீ உன் கைல ஊத்திக்கல?'

'இல்ல... எனக்கு வலிச்சிருச்சுன்னா?'

எல்லாத் தங்கச்சிகளும் அவ்வப்போது அக்காக்களின் வெள்ளெலிகள்தாம் போல!!!

ஃ

அந்தநாள் ஞாபகம் # 3

இரு பெண்கள்: 1

எங்களது பள்ளித்தோழி ஆதிலஷ்மி (பெயர் மாற்றப்பட்டுள்ளது). பள்ளிக்காலத்தில், அவ்வளவாக பரிச்சயமில்லை. படிப்பு என்றால் உயிர். பிறகு கல்லூரியில் சேர்ந்து, கல்லூரியில் ஒவ்வொரு செமஸ்டரிலும் அவர்தான் கல்லூரியிலேயே முதல் மாணவி. இரண்டாம் வருடம் பரீட்சையின்போது திடீரென்று மயங்கி விழ, மருத்துவமனை செல்லச் செல்லவே உயிர் பிரிந்தது.

எத்தனையோ வருடங்களாக, தண்ணீர் குடிப்பதைக் குறைத்து, பெரும்பாலும் கழிவறை செல்லும் நேரத்தைத் தவிர்த்து

வந்ததாகவும், ஒரு கட்டத்தில் நிலைமை கைமீறிப்போய் கிட்னி பிரச்சினையில் உயிரிழப்பு நேர்ந்ததையும் பிற்பாடு அவரது பெற்றோர் உற்றாரோடும், நட்புகளோடும் பேசுகையில் தெரிய வந்தது. யாரிடமும் தன் வலியைச் சொன்னதேயில்லை என்றும் தெரியவந்தது. எவ்வளவு வாதையை ஏன் பொறுத்துக்கொண்டார் தெரியவில்லை. எங்களின் அந்த வயதில் அது பேரிழப்பு.

வலியை சின்னதாக இருக்கும்போதே சொல்லவில்லை - இது என்னை வருத்தியது.

நான் கல்லூரி சேர்ந்து படிக்க வசதி வாய்ப்பு இல்லை. என் நட்புகள் அனைவரும் ஆதிலஷ்மியோடு படித்த காரணத்தால் அவரை அறிவேன். நானும் ஜூலி (வித்யா)யும் அவரோடு கூட அவ்வளவு பேசியிருக்கிறோமா என்று தெரியவில்லை; கிட்டத்திட்ட தினமும் அவர் வீடு போய் அவர் அம்மாவை சந்திப்போம். அத்தனை நட்புகளிடமிருந்தும் அவரது புகைப்படங்களை சேகரித்து, கூடவே அவர்கள், ஆதிலஷ்மி பற்றி சொல்வதெல்லாம் பகிர்வோம்.

அவர் அம்மா எங்களோடு பேசப்பேச அழுவார். ஒற்றைக்கு ஒரே பிள்ளை. மெள்ள யாரும் வருவது, ஆறுதல் சொல்வது நின்று, நாங்கள் மட்டும்தான் போய்க்கொண்டிருந்தோம். வாரக்கணக்காக, மாதக்கணக்காகச் சென்று கொண்டிருந்தோம். வீடெல்லாம் ஆதிலஷ்மியின் படங்கள்.

ஏனோ ஒரு கட்டத்தில், அவர் மகள் வயதுப் பிள்ளைகளான எங்களைப் பார்ப்பது, அந்த அம்மாவை அழ வைக்கிறதோ, துக்கத்தை மறக்க முடியாமல் செய்கிறதோ என்று யோசித்தோம். இடைவெளி விட்டோம். இப்போதிருக்கிற, தொடர்பு வசதிகள் அப்போதிருக்கவில்லை. ஒருமுறைச் சந்திப்பிற்கும் மறுமுறைச் சந்திப்பிற்கும் இடையே ஆதிலஷ்மியின் அம்மா, தூக்கு போட்டு தற்கொலை செய்து கொண்டார். அந்த வீடு சென்ற அன்றுதான் தகவலறிந்தோம். வீட்டினுள் கால் வைக்க முடியவில்லை. திரும்பிவிட்டோம். அப்பாவோடு பேச்சே இல்லை, பரிச்சயமும் இல்லை.

ஒரு தகவலாகத்தான் ஓரிரு மாதங்களில் அது வந்து சேர்ந்தது - ஆதிலஷ்மியின் அப்பா, இரண்டாவது திருமணம் செய்து கொண்டாரென.

ஃ

2.ஆறாவது வகுப்பில் என்னை அரசு பெண்கள் மேல்நிலைப் பள்ளியில் சேர்த்தினார்கள். வீட்டிலிருந்து பள்ளி அரைமணி தூரம். பள்ளி செல்ல நடப்பதே, குட்டி ட்ரெக்கிங் போவது போல இருக்கும். ஒரொருவரையாக கூட்டிக்கொண்டு அசைந்தாடியபடி பேசிக்கொண்டு செல்வோம். வீட்டிலிருந்து இரண்டாவது அக்ரஹாரம். அதுதான் கொஞ்சம் போக்குவரத்து நெருக்கடியான ஏரியா. அப்புறம் ஆனந்தா பள்ளம். அங்கு அடிக்கடி விபத்துகள் நடக்கும். கவனமாகப் பார்த்துப் போக வேண்டும். அப்புறம் சாலை குறுகி வெறும் இருசக்கர வாகனங்கள் மட்டுமே செல்லக் கூடிய சந்துகளாகி விடும்.

சென்றால், திருமணி முத்தாறு பாலம். மணக்கும். அந்த ஆறு, சாக்கடையாக மாற்றப்படாமல் இருந்தால், நன்னீர் ஓடுவதாகவும், அதன் பேர்க் காரணம் கொண்டு, மணியும் முத்தும் மினுக்குவதாகவும், பரிசல்களில் மனிதர்கள் செல்வது போலவும் கற்பனை செய்வது சுகமாக இருக்கும்.

பிறகு என் கனவில் அடிக்கடி வரும் படிகள். படிகளின் முடிவில் பெரிய மரம். இடப்புறம் அந்தக் கோவில். வலப்புறம் லலிதாக்கா வீடு. அப்பா சித்தி அண்ணன். அவ்வளவுதான் அவர் குடும்பம்.

என் அக்கா பள்ளிக்கு வராவிட்டால் கூட, நான் லலிதாக்கா வீடு போய், அவர்களோடுதான் பள்ளிக்குப் போக வேண்டும் என்பது எழுதப்படாத விதி. அவர் சித்தி அப்போதுதான் அவருக்குத் தலை பின்னி விட்டுக்கொண்டிருப்பார்.

சில மனிதர்களை நினைக்கும்போதே மனம் பேரமைதி கொள்ளும். லலிதாக்காவின் சித்தி அப்படியானவர். மெதுவாகப் பேசுவார். அவர் கோபத்தில் எப்படி இருப்பார் என்று கற்பனை செய்யவே முடியாது. லலிதாக்கா சுமாராகப் படிப்பவர். தினமும் பள்ளியிலிருந்து அவர் மேல் புகார்கள் கூட வரும். ஆனால், அவர் சித்தியோ எதற்காகவும் அடிக்கவோ திட்டவோ ஏன் கடிந்து கூறியதாகக் கூட எதுவும் இருக்காது. தலை பின்னும்போது மெதுவாக அவரோடு சிலவற்றைப் பேசுவார்; பகிர்ந்து கொள்வார். அவ்வளவுதான். நான் என் இள வயதில் மகிழ்ச்சியாகப் பார்த்த வீடுகளில் ஒன்று இவர்களுடையது.

பெண்களை மதிக்க, ஆண் பிள்ளைகளுக்குக் கற்றுத் தருவது போலவே, குற்றம் புரியும் ஆண்களை எப்படி எதிர்கொள்வது என்று பெண்பிள்ளைகளுக்குக் கற்றுத் தருகிறோமா? பிள்ளைகளுக்கு அடிக்கக் கற்றுத் தருகிறோமா? அடி வாங்கப் பழக்குகிறோமா? எடுபிடிகளாக நடத்துகிறோமா? முடிவெடுப்பவர்களாக, தலைமைப் பண்பு உள்ளவர்களாக வளர்க்கிறோமா? எந்தத் துன்பத்தையும் பொறுத்துப்போகச் சொல்கிறோமா? 'மோதி மிதித்துவிடு பாப்பா என்கிறோமா? மோதி மிதித்த பின்பும் வரும் பிரச்சினைகளைப் போதிக்கிறோமா?

வளர்ந்த பிறகு நானெழுதிய, என் கவிதையில் வருகிற 'மழைநாளின்போது மட்டுமே அவளது வருகை நிகழும்' அது நாங்கள் எல்லாரும்தான். மழை வந்தால், விரைவாக ஒரு நடை நடந்து, லலிதாக்கா வீட்டில் போய் நிற்போம். அவர் வீடு பள்ளிக்கும் எங்கள் வீட்டுக்கும் சரியாக நடுவில் இருந்ததும் ஒரு காரணம். சித்தி சிரித்துக்கொண்டே குடை தருவார். மறுநாள் பள்ளிக்குப் போகையில் திருப்பித் தருவோம்.

லலிதாக்காவின் அம்மா என்னவானார்; இவர் சித்தி என்றால் எப்படி சித்தி; சித்தி எப்படி இத்தனை அன்போடு இருக்க முடியும்; முந்தானை முடிச்சு காலம் முதற்கொண்டு அப்படித்தானே மனதில் பதிந்திருந்தது; எதுவும் அப்போது தெரியாது.

அப்புறம் தெரியவந்த கதை அழகானது. லலிதாக்காவின் அம்மா சின்ன வயதிலேயே இறந்துவிட, அவர் தங்கை அப்படியே இவர்கள் வீட்டிலேயே தங்கி, இவர்களை வளர்க்கிறார். அந்தப் பிள்ளைகளைத் தவிர, அவருக்கு ஊரும் உற்றாரும் தானும் வேறு எதுவுமே கண்ணில் படவில்லை. தன் திருமண வயதில், திருமணத்தை மறுத்து விடுகிறார். ஏனோ கடைசிவரை லலிதாக்காவின் அப்பாவையும் அவர் திருமணம் செய்துகொள்ளவில்லை.

புதிர் போன்ற மயக்கம் தருவது இந்த உறவு.

பிருந்தா சேது

ஃ

அந்த நாள் ஞாபகம் # 4

அப்புறம் என்பது எப்போதும் இல்லை...

அன்பைச் சொல்ல விரும்புபவர்கள், அவ்வப்போதே சொல்லிவிடுங்கள். தேவைப்படும்போது கிடைக்காதது, தேவை இல்லாதபோது, எவ்வளவு கிடைத்தாலும் வீண்தான் அதற்கு உரிய மரியாதை இருக்காது.

//பதினைந்து இருபது வருடங்கள் கழித்து,

'அன்னைக்கு நீ படக்'குனு என் பக்கத்தில் உட்கார்ந்தியா, எனக்குள் எதோபோல ஆகிட்டு, வயிற்றில் பட்டாம்பூச்சி பறந்து, உன்மேல் லவ்வாக முதல் முறை தோனுச்சு'.

அவ்ளோ பசியில இருந்திருப்பேனா இருக்கும்; கஷ்டம், நமக்குதான் முன்னால இலையப் பார்த்தோன்னே வேற எதுவுமே கண்ணுக்குத் தெரியாதே.

இதை வேற இப்ப என்னத்துக்கு சொல்லணும்? அப்ப சொல்லீர்ந்தாலாவது ஒருவேளை சிலீர்னு இருந்திருக்கலாமாக இருக்கும். யார் கண்டது?!//

போலவே, யாரும் பிரச்சினையில் இருக்கும்போது செய்ய வேண்டிய உதவியும், யாருடைய உழைப்பிற்காகத் தரவேண்டியதும் அப்படித்தான்.

சிறிதோ பெரிதோ அன்றே தந்திருந்தால், விதையாய் இருந்திருக்க வேண்டியதை, இலை தழைகளாக - பிற்காலத்தில், எவ்வளவு அள்ளிக் கொடுத்தாலும் நிறையப்போவதில்லை.

ஃ

அப்போது அக்காவின் மூத்த மகன் சத்யபாமா'வில் எஞ்சினியரிங் படித்துக் கொண்டிருந்தார். நானும் மகளும் சேர்ந்திருந்த அதே கராத்தே' பள்ளியில் ஓய்வு நேரத்தில் கராத்தே கற்றுக் கொண்டிருந்தார். முதல் தேர்வில் வென்று 'யெல்லோ' பெல்ட் போயிருந்தார். பிறகு 'க்ரீன் பெல்ட்'டிற்கான தேர்வு. அதில் வரும் கட்டா'வை அருமையாகச் செய்தார்.

நான் அதை புகைப்படங்கள் எடுத்து, பிரிண்ட் போட்டு அக்காவிற்கும் மாமாவிற்கும் அனுப்பி இருந்தேன். அக்கா ஒரே திட்டு. 'இப்போ நீ இருக்கிற கஷ்டத்தில் எதற்கு பிரிண்ட் போட்டு,

கொரியர் அனுப்பி இதிலெல்லாம் இவ்வளவு செலவு செய்யிறே' என்று.

எனக்கு எப்போதும் நாளை' என்பதே இல்லை. இன்றை எந்தளவு முழுமையாக்க முடியுமோ அப்படித்தான் வாழ்வேன். சரி, எப்பவும் வாங்குகிற நான்கு திட்டுகளோடு இது இன்னும் ஒன்று என்று வாங்கிக்கொண்டேன்.

ஆனால், மூத்தவர் ப்ளாக் பெல்ட் போவதற்குள்ளாகவே யாரும் எதிர்பாராமல், ஒரு விபத்தில் மாமா இறந்து போனார்.

அந்த புகைப்படங்களை அனுப்பி இருக்காவிடில், தனது மகனின் பெருமைமிகு தருணங்களை அவர் பார்க்காமலே போக நேர்ந்திருக்கும்.

ஃ

'கதவு திறந்ததும் கடல்' தமிழினி முதல் வெளியீடாக ஜனவரி' 2000இல் புத்தகக் கண்காட்சியின்போது வந்தது. பொதுவாக நிகழும் புத்தகக் கண்காட்சியின் போதான அச்சக வெளியீட்டக தள்ளு முள்ளு காரணமாக மிகக் குறைந்த புத்தகங்களே வெளியீடன்று அச்சில் வந்திருந்தன. கீதா உட்பட நட்புகள் 20, 30 பிரதிகள் என வாங்கக் கேட்டிருந்தபோதும் கிடைக்கவில்லை. எனக்கே கையில் இரண்டோ என்னவோதான்.

பிப்ரவரியில் கூடுதல் பிரதிகள் கிடைத்ததும், சபிதா வீட்டுக்கருகில் இருந்துகொண்டு அவரிடம் 'வரவா' என்று கேட்க, அவரோ 'இன்னொரு நாள் பார்க்கலாம்டா' என்றார். அவரின் அந்தக் குரலின் உறுதி காரணமாக, நான் வற்புறுத்தவில்லை.

அதற்கும் முன்பு கடைசியாக, தமிழ்நதி வீட்டிற்குப் போக என நாங்கள் எல்லோரும் ஜனவரி கடைசியில் சந்தித்ததோடு சரி; அப்புறம் நாங்கள் சந்தித்திருக்கவில்லை. தமிழ்நதி வீட்டிலிருந்து கூட்டிக்கொண்டு, அவர் வீட்டில் விட்டு விடைபெறுகையில் காரருகில் குனிந்து 'பார்க்கலாம்டா' என்று சொல்லிப் பிரிந்ததோடு சரி. அப்புறம் எப்போதும் சந்திக்கவே இல்லை.

ஃ

அந்தநாள் ஞாபகம் # 5

என் இருண்மையான காலம் அது.

நான் அடி வாங்குபவளாக சில காலம் இருந்திருக்கிறேன்;

அடிப்பவளாகவும் ஒரு குறுகிய காலம் இருந்தேன்.

என் கணவரிடமிருந்து நோட்டீஸ் வந்த சமயம். எப்போதும் வேலைகளுள் என்னை மூழ்கடித்துத் தப்பிக்கப் பார்ப்பது; எதற்கெடுத்தாலும் அழுகை; தீவிர சோகம்; சிறிய விசயத்திற்கும் கோபமுற்று மகளை அடிப்பது. மிகச் சிறியளவு காலம் என்றாலும் என்னால் இன்றுமே என்னை மன்னிக்க முடியாத காலம்.

எனது தோழியும் அவரது வக்கீல் அண்ணனும் என்னைச் சந்திக்க வந்தார்கள். ஒரு டம்ளர் டீ'க்கு நாலு ஸ்பூன் சர்க்கரை போட்டுத் தந்தேன். எனது டிப்ரஷனின் அளவிடலுக்காக இந்தத் தகவல்.

சட்ட அணுகுமுறைகள் பற்றிப் பேசும்போது, தோழி சொன்னார் 'நீ கணவரது ஃபினான்ஷியல் சப்போர்ட் எதிர்பார்க்கிறாய் என்றால், மகளை அவர்கள் விரும்பிக் கேட்பார்களோ அல்லது உன்னை எங்கே அடித்தால் வலிக்கும் என்று உன்னை வலிக்கப் பண்ணுவதற்காகவே, மகளை உன்னிடமிருந்து பிரிக்க விரும்பி மகளைக் கேட்பார்களோ – ஆனால், நீ மகளைப் பிரிய வேண்டியிருக்கும். மனதளவில் அதற்குத் தயாராக இருக்கிறாயா? ஒருவேளை, மகள் தன் அப்பாவோடு போக விரும்பினால், முழுதுமாகவே பிரிய வேண்டியிருக்கும். அதற்கும் தயாரா?

நான் யோசித்தேன். கணவர், அப்போதைய சூழலில் என்னை வலிக்கப் பண்ண எதுவும் செய்யக் கூடியவர்தான். எப்படியும் மகளை அவர் வளர்த்தப் போவதில்லை. மாமியார்தான். அவருக்கு ஏற்கெனவே எல்லாவற்றிற்கும் சலிப்பு. எல்லாவற்றிலும் அதிருப்தி. மகள் பிறந்து ஒரு வருடம் முடிந்த பிறகு, அப்போதுவரை எங்குமே கூட்டிச் செல்லாத கணவர், ஒரு சினிமாவுக்குக் கூட்டிப்போக, வந்து பார்த்தால் பிள்ளை டைனிங் டேபிளில் சோற்றை இறைத்து, தானே குழம்பு ஊற்றிக்கொள்ளத் தெரியாததால் வெறும் சோற்றை சட்டை கை கால்களில் அப்பிக்கொண்டு, சோறு அரிசியாகக் காய்ந்து – பிள்ளையைக் கழுவி அவற்றை எடுக்கவே அரைமணி ஆனது. முழுவதும் அவர்களுடனே என்றால் பிள்ளை என்னாகும்?

கூடவே எனக்கு என்னைப் பற்றிய இன்னொன்று உறைத்தது. என் மகளின் இடத்தில் இருந்து பார்த்தால், நான் எப்போதும் உம்'மென்று இருக்கும் அம்மா. பேசினால் சுள்'ளென்று எரிந்து விழுகிற அம்மா. சிறிய தவறுக்கும் பெரிதாகத் தண்டிக்கும் அம்மா. எவ்வளவு நியாயங்கள் என் பக்கமிருந்தாலும், அவை

புரிகிற வயதில்லையே மகளுக்கு; என் மகள் எவ்வாறு என்னை நேசிக்க முடியும்???

கூடவே எப்பவும் எதற்காகவும் - தினக்கடமைகளில் அப்பாவாக இல்லாமலிருந்தாலும் எப்போதாவது சாக்லேட் வாங்கித் தரும் தகப்பனைத்தானே குழந்தைகள் பிரியமாக உணரும்.

நான் என்னை உணர்ந்து திருத்திக்கொள்ள ஆரம்பித்த இடம் இதுதான். மேலும், எனக்கு மட்டும் ஏன் இப்படி என்கிற தன்மைகளை ஆராய்ந்ததும் இந்த இடத்தில்தான். எனது குழந்தைப் பருவத்தில் என் அம்மா சிரித்து பார்த்ததில்லை. குடும்பம் என்பதன் கொடுமைகளைத்தான் சுற்றிலும் அக்கம்பக்கத்திலும் வீட்டிலும் பார்த்து வளர்ந்தது... நான் இப்படி உர்'ராங்கொட்டானாக இருந்தால், பிள்ளை என்னாகும்?

குழந்தைப் பருவம் தானே பிள்ளைகளுக்கு நாம் தரும் சொத்து. அதை நல்லபடியாகத் தருவது என்று என்னை நானே சீர் படுத்தத் தொடங்கினேன்.

இது சுலபமில்லை. என் சூழல் கொடுத்த வலியை, வேதனையை இல்லவே இல்லை போல நடந்துகொள்வது. நான் இதை எனது உடைகளின் நிறத்தேர்விலிருந்து தொடங்கினேன்.

அதுவரை யாரும் கூட்டத்தில் என்னை சட்டென்று பார்த்துவிட முடியாத பழுப்பு, சாம்பல் நிறம் என மங்கிய நிறங்களில் உடையணிந்து வந்த நான், பச்சை மஞ்சள் சிவப்பு ஆரஞ்ச் என கலந்து கட்டிய நிறங்களில் உடைகளைத் தேர்வு செய்தேன். இப்படி எல்லாவற்றிலும் எனது வழக்கமான தேர்வுகள் எதெதுவோ, வேண்டுமென்றே அவற்றை நிராகரித்து, அவற்றின் மாற்றைத் தெரிவு செய்தேன்.

கூட்டங்களுக்கு செல்ல விருப்பமில்லையா - செல்வேன்.

யாரோடும் பேசப் பிடிக்கவில்லையா - போய் பேசுவேன்.

வழக்கமாக படிகளில் இடது ஓரமாக ஏறுவேன் என்றால், இப்போது நடுவில் நடக்கத் தொடங்கினேன்.

கூட்டங்களில் இரண்டாவது வரிசையில் அமர்வேன் என்றால், முதல் வரிசையில் இடம்பிடிக்கத் தொடங்கினேன்.

இந்தக் காலக் கட்டத்தில் எனது அத்தனை நண்பர்களையும் இழந்திருந்தேன். பிருந்தா கல்யாணம் ஆனதும் மாறிப் போய்விட்டாள் என்கிற நல்ல பெயர் வேறு. அவர்களை எல்லாம்

திரும்பவும் அழைத்துப் பேசத் தொடங்கினேன்.

மகளோடு விளையாடத் தொடங்கினேன். எல்லாக் குழந்தைகளோடும் என் இளமையில் எப்படி இருந்தேனோ, அப்படி என் மகளோடு ஆகத் தொடங்கியது இந்தக் காலகட்டத்தில்தான்.

இதே சமயம், அலுவலக வேலை காரணமாக நான் நினைத்துப் பார்க்க முடியாத பெரிய வீடு அமைந்தது. அந்த வீட்டை நானும் மகளும் கொண்டாடுவோம். கராத்தேவின் 'கட்டா' செய்யவும், ஓடிப் பிடித்து விளையாடவும் டைனிங் டேபிள் வேண்டாமென முடிவு செய்தோம்.

மகளுக்கு ஜுனியராக கராத்தே க்ளாஸில் சேர்ந்தேன். அங்கு மாதத்திற்கு 8 வகுப்புகள். அதைத் தாண்டியும் கராத்தேவில் விருப்பமிருந்தால் எத்தனை வகுப்புகள் வேண்டுமானாலும் வரலாம் என்கிற சிறப்புச் சலுகை.

கராத்தே'யில், ஒரு நிலையிலிருந்து அடுத்த நகர்விற்கான தேர்வுக்கான சிலபஸ் - கராத்தேயைப் பற்றிய வரலாறு, கட்டா' செய்வது, குறிப்பிட்ட அளவு உடற்பயிற்சிகள், குமிதே' என்கிற சண்டை - இப்படி இருக்கும்.

மற்ற தேர்வு நிலைகளில் ஓரளவு தேர்வாகி விடுவேன். குமிதே'யில் என்னால் அடிக்க முடியாது. 'பொத்து பொத்'தென்று அடி வாங்கித் தோற்றுப் போவேன். என் கராத்தே மாஸ்டருக்கு என்னை அடிக்க வைப்பதுதான் பெரும் சவாலாக இருந்தது.

இத்தனைக்கு சிறு வயதிலிருந்து வீர தீரமான ஆள் நான். ஆனால், குமிதே'வில் எதிராளிக்கு வலிக்கும் என்கிற சிந்தனையை மீற முடியாமல் சிரமப்பட்டேன். தடுக்கக்கூட முடியாமல் அடி வாங்கினேன். ப்ளாக் பெல்ட்டின்போதும் கூட, தடுக்க முயன்ற அடியில், கை விரல் முறிந்தது.

எதற்கு இத்தனை கதைகளும் என்றால் -

கடந்த வாரங்களில் தோழமைகளின் முகநூல் பக்கத்தில் சில பகிர்வுகள் பார்த்தேன். ஆண்கள் பெண்களிடம் அத்துமீறுவதைப் பற்றி. விதி' பட மோகன் போல, செய்வதையும் செய்துவிட்டு பழியையும் பெண்மேல் சுமத்துவது பற்றி. அதற்கு பலர் கமெண்ட்டில், 'அந்த ஆளை ஏன் அடிக்காமல் விட்டீர்கள்? நாலு சாத்து சாத்தி இருக்கணும்' என்றெல்லாம் போட்டிருந்தார்கள்.

அதற்கு சின்ன வயதிலிருந்து பெண்களை எப்படி

வளர்த்துகிறோம் என்பது மிக முக்கியம்.

பெண்களை மதிக்க, ஆண் பிள்ளைகளுக்குக் கற்றுத் தருவது போலவே, குற்றம் புரியும் ஆண்களை எப்படி எதிர்கொள்வது என்று பெண்பிள்ளைகளுக்குக் கற்றுத் தருகிறோமா? பிள்ளைகளுக்கு அடிக்கக் கற்றுத் தருகிறோமா? அடி வாங்கப் பழக்குகிறோமா? எடுபிடிகளாக நடத்துகிறோமா? முடிவெடுப்பவர்களாக, தலைமைப் பண்பு உள்ளவர்களாக வளர்க்கிறோமா? எந்தத் துன்பத்தையும் பொறுத்துப்போகச் சொல்கிறோமா? 'மோதி மிதித்துவிடு பாப்பா என்கிறோமா? மோதி மிதித்த பின்பும் வரும் பிரச்சினைகளைப் போதிக்கிறோமா?

அடிக்க வேண்டும் என முடிவெடுத்துவிட்டால், அடித்துவிட வேண்டும். அய்யோ, அவன் நிஜமாகத்தான் மோதினானா, இல்லை தெரியாமால் இடித்துவிட்டானா என்றெல்லாம் சிந்தித்துக்கொண்டு இருக்கக்கூடாது. ஒருமுறை பேருந்து நிலையத்தில் இடித்த ஒருவரை முதுகில் ஓங்கி அறைந்துவிட்டேன். 'தெரியாமல் இடித்துவிட்டேன். ஸாரி' என்றார். 'தெரியாமல் அடித்துவிட்டேன். ஸாரி' என்று நானும் சொல்லிவிட்டு வந்துவிட்டேன். அவ்வளவுதான்.

கொஞ்ச காலம் முன்பு, ஃப்ரீ திங்க்கர் அசோசியேஸனில் சிறப்பு அழைப்பாளர்களில் ஒருவராக நான் கலந்து கொண்டபோது, கலந்துரையாடலின்போது ஒரு பெண் - தான் பல வருடங்களாக தன் மேலாளரால் அப்யூஸ் பண்ணப்படுவதைத் தெரிவித்தார்.

முதல் முறை தடுக்க முடியாவிடினும், அடுத்தடுத்த முறைகளில் நடப்பதற்கு நாம் நம் எதிர்ப்பைத் தெரிவிக்க வேண்டும். நீங்கள் அதைச் செய்யவில்லையெனில், நீங்கள் விரும்பித்தான் அனுமதிப்பதாக எதிராளி நினைப்பார் இல்லையா?

ஒருமுறை, மூன்று வித வயதுள்ள பெண்களிடம் ஓர் உரையாடல் நிகழ்ந்தது. ஒருத்தி, ஆண் தன்னிடம் அத்து மீறினால், அழுது விடுவேன் என்றாள்; இன்னொருத்தி ஓங்கி அறைந்து விடுவேன் என்றாள்; மற்றொருத்தி நீ செய்வது தவறு என இதமாக எடுத்துரைப்பேன் என்றாள். நிஜத்தில் இந்தக் கோபமும் வருத்தமும் கனிவும் ஒரே பெண்ணிடமே வித வித பருவத்தில் வரக்கூடியது. குற்றத்திற்காக குற்றவாளியைச் சிறுமைப்படுத்தாமல் அவரது குற்றத்தை உணர வைப்பது என்பதுதான் குற்றத்தை வேரோடு இல்லாமலாக்கும். ஆனால், பாதிப்பிலிருந்து எந்தளவு வெளிவர

முடிகிறது என்பதைப் பொறுத்தது அது.

சிலர், மாமியாரை விட்டு வந்தே பலகாலம் ஆகியிருக்கும்; திருமணமாகி ஆறேழு மாதம்தான் மாமியார் கொடுமை அனுபவித்திருப்பார்கள்; ஆனால், தன் ஆயுள் முழுவதும் மாமியார் தனக்குச் செய்ததைச் சொல்லிச் சொல்லியே, நினைத்து நினைத்தே வாழுங்காலம் முழுவதையும் நரகமாக்கிக் கொள்வார்கள்.

அம்மாவை விட்டு விலகி வந்தே பலகாலம் ஆகியிருக்கும். அம்மா சமையலைப் போல உண்டா என்பார்கள். அந்த பாசமிகு அம்மா சமையலுக்காக, ஒரு உப்புக்கல்லைக் கூட எடுத்துப் போட்டிருக்க மாட்டார்கள்.

ஐயா, அது உமது இளந்தாரிப் பருவம் அதில் மண்ணை வாயில் போட்டால் கூடச் சுவையாகத்தான் இருக்கும். இப்போதோ 40+ வேலைக்குப் போக வேண்டும்; மேலாளரிடம் திட்டு வாங்க வேண்டும்; போலியாக வணங்க வேண்டும்; வாழ்க்கை உலுக்கி எடுத்திருக்கிற இந்த வயதில், எதுவுமே ருசிக்காது. அதற்கு மனைவி சமையல் மட்டும் காரணமில்லை ; வளரவே வளராத புத்தியும் ஒரு காரணம். என்றெல்லாம் சொல்லிக் கொண்டு, விடை பெறுகிறேன். நமக்கம்.

டிஸ்கி:

பூசாரித்தனமும் வேண்டாம், பொங்கச் சோறும் வேண்டாம் என எனது (X) கணவரிடம் பொருளாதாரத்திற்காகப் போராடவில்லை.

இரண்டு காரணங்கள்:

1. நம்மீது அன்பு கொள்ளாதவரின் பொருள் மட்டும் நமக்கெதற்கு என்பது ஒரு காரணம்.

2. நான் ஆணாக இருந்தால், என் பிள்ளை வளர்ப்பிற்கு என் மனைவியிடம் காசு கேட்பேனா என்ன? நான் பெண்ணாக இருப்பதால் இந்தச் சமூகத்தில் கிடைக்கும் துன்பங்கள் வேண்டாம் எனப் போராடுவது போலவே, பெண்ணாக இருப்பதன் சலுகைகளும் வேண்டாம் என்பது இன்னொரு காரணம்.

(இவை எல்லாருக்கும் பொருந்தாது; அவரவர் வாழ்க்கை, அவரவர் சூழல், அவரவர் உணர்தல், அவரவர் வழி...)

ஃ

அந்த நாள் ஞாபகம் # 6

1.தனிக்குடித்தனம் வந்த புதிது. ரித்திகாவுக்கு ஒன்னேமுக்கால் வயது. வீட்டின் அடுப்பூதும் பெண்களின் மொத்த வேலைகளும் முடித்துவிட்டு, டே கேரில் அவரை விட்டுவிட்டு, நான் அப்படியே ஆஃபிஸ் ஓட வேண்டும்.

அடுப்பில் எதையோ வைத்துவிட்டு, பிள்ளையை குளிக்க தயார் செய்து, சோப் போடும்போது அடுப்பில் வைத்தது ஞாபகம் வர, 'டேய், தண்ணிய எடுத்து ஊத்துடா; இதோ அம்மா வந்துர்றேன்' என்று விட்டுப் போய்விட்டேன். சமையல் முடித்து வந்து பார்த்தால், நம்மாளு பக்கெட்டிலிருந்த தண்ணீர் எல்லாவற்றையும் மக்'கில் மொண்டு மொண்டு கீழே ஊற்றிக்கொண்டிருந்தார்.

2.இன்னும் கொஞ்சம் வளர்ந்த பிறகு, பால் குண்டானைக் கையில் தந்து, ஃபேனுக்கடியில் ஆற வைடா' என்று தந்தால், - ஃபேன் ஸ்விட்ச் அவருக்கு எட்டும் உயரம்தான் - பிள்ளை, ஃபேனையே போடாமல், ஃபேனுக்கு கீழே பால் குண்டானை 'ஆற' வைத்திருந்தார்.

3.கராத்தே'யில் தியரி கேள்வி பதில்கள் ஜப்பானிய மொழியில் இருக்கும். கராத்தேயின் வரலாறு, கண்டுபிடித்தவர், இஷ்ன்ட்ரியு'வகைமையைக் கண்டுபிடித்தவர், குறியீடுகளின் பெயர்கள்... இப்படி போகும்.

நாங்கள் ஒவ்வொரு வகுப்பிலும் ஆரம்பத்திலும் முடிவிலும் 'குரு வணக்கம்' செய்வோம். எனது குரு (சென்சய் அய்யப்பன் மணி) விற்கு, குருவின் குருவிற்கு (சென்சய் ஹுசைனி), இஷ்ன்ட்ரியு'வின் தந்தை, அவரின் குரு என முன்னோர்களின் படங்கள் சுவரில் இருக்கும். கூடவே '*Water God*' மிசுகாமி'யின் உருவப்படமும் இருக்கும். அந்த சுவரின் எதிராகத்தான் விழுந்து வணங்குவோம். சென்சய் அய்யப்பன் மணியும் அங்கு நிற்பார். எல்லாருக்கும் எங்களது வணக்கத்தைத் தெரிவிக்கும் விதமாக விழுந்து வணங்குவோம்.

கராத்தேயில் ரித்திகா எனக்கு சீனியர் என்பதால், எனக்கு எக்ஸாம் எனும்போது 'வாலண்டியராக' என் வகுப்பில் இருப்பார். விருப்பமில்லையெனில், வகுப்பு வெளியில் அமர்ந்திருப்பார். வீட்டில் தனியே விட்டு வரும் வயதில்லை.

ஒருமுறை எனக்கு எக்ஸாம் நடந்து கொண்டிருக்கும்போது, 'வாலண்டியராக' வந்திருந்த ரித்திகா திடீரென்று, 'அந்த சுவருக்கு

'ஜாப்பனீஸில் என்ன பெயர் தெரியுமா'

எனக்கு படித்ததெல்லாம் மறந்தது போல ஆகியது. யோசித்து யோசித்துப் பார்க்கிறேன். அப்படி ஒன்று படித்ததாகவே நினைவில் இல்லை. நமக்கு நல்ல எக்ஸாமினர் வந்தால், தப்பித்தோம். சில பேர் ஒவ்வொருவருக்கும் ஒரு கேள்வி என்று கேட்டு விட்டுச் சென்று விடுவார்கள். சிலர் ஒவ்வொருவருக்கும் எல்லாமே தெரிந்திருக்கிறதா என்று சோதிப்பார்கள்.

ஒருமுறை காலில் 'ப்ளேடு' கிக் ஒன்று எனக்கு உறுதியாக, சரியாக வரவில்லை என்று, எக்ஸாமினர் உணவு இடைவேளியில் என்னை அந்த பொசிஸனிலேயே பத்து நிமிடங்கள் வகுப்பை சுற்றி வரச் செய்தார். ப்ளேடு என்பது கையால் வணக்கம் வைத்தால் வரும் சுண்டுவிரல் பகுதி போல, காலின் சுண்டுவிரல் நேர்கோட்டு பாதத்தை மட்டும் நிலத்தில் ஊன்றி நடப்பது. அதையெல்லாம் நினைத்து பீதியாகி, பிள்ளையிடம் 'டேய், சுவருக்கு ஜாப்பனீஸில் என்ன என்று சொல்லுடா' எனக் கெஞ்ச, ஒரு கட்டத்தில் பிள்ளை மனமுவந்து 'டுக்குடு' என்று சொன்னார்.

நல்லவேளையாக, எனக்கு வந்த எக்ஸாமினர் அவ்வளவாகக் கேள்விகள் கேட்கவில்லை. வீட்டிற்குப் போய் எனது தியரி நோட்ஸ் எடுத்துப் பார்த்தால், அதில் 'டுக்குடு' இல்லை.

அடுத்த வகுப்பில் சென்சயின் (கராத்தே மாஸ்டர்) அசிஸ்டெண்டிடம்

'ஏ, என்னப்பா, கராத்தே சுவருக்கும் பேர் இருக்குதாமே எனக்கு யாரும் சொல்லவேயில்லையேப்பா' என்றால்,

'யார் சொன்னா மேடம்'

'ரித்திகாதான்'

'ஓ...என்ன பேராம்'

'டுக்குடு'

அவருக்கு ஒரே சிரிப்பு.

'ஏன் மேடம் அவங்கதான் கலாய்ச்சுருக்காங்க. இதுகூடப் புரியாம நீங்களும் கேட்கறீங்களே' என்று.

அறியாமைகள்

1976இல் பிறந்த எனக்கு அன்றாட வாழ்வில் ஒவ்வொரு தொழில் நுட்பமும் அறிய வரப் பெற்ற அனுபவங்கள் வித விதமானவை.

லயன் காமிக்ஸில் அப்போதுதான் 'விரல் மனிதர்கள்' என்று ஒரு முழு நீளக் கதை வந்திருந்த புதிது. சட்டை பாக்கெட்டில் எடுத்து வைத்துக் கொள்ளக் கூடிய அளவுதான் மனிதர்கள். அவர்களை உருவாக்கி, நகரங்களில் உலவ வைத்து, சாத்விகமான முறையிலேயே, இந்த உலகையே ஆள நினைப்பார் ஒரு விஞ்ஞானி. அந்த மனிதர்களை முதலில் நகரத்தில் முன்னோட்டமாக விடும்போது எல்லாருக்கும் ஆச்சரியமாகவும் குதூகலமாகவும் இருக்கும். பிறகு போகப் போக அந்தக் குட்டி மனிதர்களின் தொல்லைகள் மக்கள் எல்லாருடைய பொறுமையையும் சோதிப்பதாக இருக்கும்... இப்படிப் போகும் அதன் கதை.

அப்போது எங்களூரில் ஒரே ஒரு வீட்டில்தான் வானொலிப் பெட்டி இருந்தது. என் வயதுப் பிள்ளைகள் எல்லாரும், அந்த லயன் காமிக்ஸின் கதை பாதிப்பில், வானொலிப் பெட்டிக்குள் குட்டி மனிதர்கள் இருக்கிறார்கள். அதற்குள் இருந்துதான் பேசுகிறார்கள், பாடுகிறார்கள், வீணை வயலின் எல்லாம் வாசிக்கிறார்கள்... என்று ஒரு குட்டி

பிருந்தா சேது

உலகத்தையே கற்பனை செய்வோம்.

பிறகு தொலைக்காட்சி வந்தபோது வானொலி பற்றிய எங்களது கற்பிதங்கள் ஓரளவு உடைந்திருந்தன. தொலைக்காட்சியில் வரும் விளம்பரங்களின் பொருட்களை அது கால்பந்தோ, போர்ன்விடாவோ, ஹார்லிக்ஸோ, ரஸ்னாவோ - அப்படியே நாங்கள் கைகள் விட்டு எடுத்துக் கொள்ள முடியாதா என்று ஏங்கினோம்.

ஃ

பத்தாம் வகுப்பு முடிந்ததும் மாற்றல் சான்றிதழும் *(TC)* மதிப்பெண் சான்றிதழும் பெற வேண்டுமானால், பள்ளிக்கு வந்து பெற்றோர் கையெழுத்திட வேண்டும். அம்மா வேலை பார்த்துக் கொண்டிருந்தார்கள். பத்தாம் வகுப்பு பொதுத் தேர்வு எழுதிய மாணவர்கள் குறைந்தது 600 பேருக்கும் மேல் இருப்போம். எல்லோரும் வரிசையில் நின்று வாங்க, எனது முறை வர எப்படியும் மாலை ஆகிவிடும். அதனால், இரண்டொருவர் எனக்கு முன் இருக்கும்போது அம்மாவிற்கு 'ஃபோன்' செய்வது, அம்மா உடனே கிளம்பி பள்ளிக்கு வருவது, என்று காலையிலேயே பேசி வைத்திருந்தோம்.

அதன்படி, பள்ளி அருகிலேயே இருந்த பொதுத் தொலைபேசி கடைக்குச் சென்றேன். அதுவரை தொலைபேசி என்பதை எனது அத்தை ஒருவர் வீட்டிலும், அம்மா வேலை செய்யும் இடத்திலும் கண்ணால் கண்டிருந்ததோடு சரி; எப்படி எந்தப் பக்கத்தைக் காதில் வைத்துக் கேட்க வேண்டும், எந்தப் பக்கத்தில் பேச வேண்டும், என்று கூடத் தெரியாது. அப்போது ஒரு அழைப்பு *(call)* பேச வேண்டும் என்றால், 50 பைசாவோ என்னவோ. அங்கிருந்தவரிடம் காசையும் நம்பரையும் கொடுத்தேன். *Dial* செய்து கொடுத்தார். மணி அடித்துக் கொண்டே இருந்தது. யாரும் எடுத்துப் பேசவில்லை; இன்னொரு முறையும் *dial* செய்து கொடுத்தார். மணி அடித்தது. யாரும் எடுத்துப் பேசவில்லை. இரண்டு அழைப்புகளுக்கும் சேர்த்து ஒரு ரூபாய் கேட்டார். 'பேசலையே அண்ணா' 'அதான் *ring* போச்சில்ல' என்று வாங்கிக் கொண்டார். என்னிடம் அதற்கு மேல் காசில்லை. என்ன செய்வது என்று புரியாமல் வந்துவிட்டேன்.

அம்மா தாமாகவே வேலை முடிந்து பள்ளிக்குக் கிளம்பி வந்திருந்தார். பிறகு, வீட்டிற்கு வந்ததும், *Telephone* கதையைச்

சொல்ல, ‘அட அசடே, பேசாமல் எப்படி *bill* வரும்? நீயும் காசு கொடுத்துட்டு வந்திருக்கே’ என்று கோபித்துக் கொண்டார்கள். நல்ல வேளை ஒரு ரூபாய்தான் வைத்திருந்தேன். இல்லாவிடில் இன்னும் இரண்டு *call* போட்டிருந்து *ring* மட்டும் போய், அதற்கும் காசு கேட்டிருந்தால், அதற்கும் தந்திருப்பேன்.

ஃ

அது, அமேஸான் காலத்திற்கு முந்தைய ஏர்டெல், டாடா ஸ்கை காலம். டிவியை ஆன் செய்ததும் சில *online* விளம்பரங்கள் வரும். தாவா, காய் வெட்டும் கருவி, ‘ஒரே பொருளின் எட்டு வகையான பயன்கள் என *Telemat* - இன்னும் எவை எவையோ.

அப்போது கீழ்த்தளத்தில் குடியிருந்தோம். அது ஒரு பழைய அடுக்குமாடிக் கட்டிடம். அவசரத் தேடலில் கிடைத்த வீடு. வீட்டைச் சுற்றி மொத்தக் கட்டிடத்தின் கழிவும் தேங்கி இருக்கும். இரவானால் எலிகளின் தொல்லை சொல்லி மாளாது. ஒவ்வொரு எலியும் பூனைக்குட்டி அளவில் இருக்கும்.

அப்போது டிவியில் ஒரு விளம்பரம் வந்தது. ‘இதை மின்னிணைப்பில் *charge* செய்து வீட்டில் வைத்திருந்தால், ஒன்னரை கிலோ மீட்டர் வரை எலிகள் வராது; இதிலிருந்து வரும் மனிதர்களின் காதிற்குக் கேட்காத, மின்கதிர் ஒலி, எலிகளைத் தொந்தரவு செய்து விரட்டி விடும்’ என்று. அது பார்ப்பதற்கு கொசு விரட்டும் மேட்’ போல இருந்தது. ஒன்று வாங்கினால் இன்னொன்று இலவசம் என்று வேறு சொன்னார்கள்.

அப்போது, எங்கள் அலுவலகத்திலும் எலித் தொல்லை இருந்து வந்தது. *Interior designing, false ceiling* மற்றும் சுவர்களுக்குள் உள்ளிருந்த இடைவெளிகளில் தாராளமாக ஓடி விளையாடின. சரி, நாம் அந்த எலி விரட்டும் *plug*கை வாங்கி, அலுவலகத்திலும் வீட்டிலுமுள்ள எலிகளை ஒண்ணரை கிலோமீட்டர்கள் தள்ளி விரட்டி விடுவோம், என்று நம்பி வாங்கினேன்.

Current bill ஏறியதுதான் மிச்சம்.

ஃ

அதே டாடா ஸ்கை, ஏர்டெல் காலம். வெண்ணெய்போல் எளிதாகக் காய் வெட்டும் கருவியின் அழகில் மயங்கி வாங்கினேன். வேலைக்குச் செல்பவர்களுக்கு காய்கள், பழங்கள் வாங்கி, அவற்றை சுத்தம் செய்து, அதை வெட்டுவதுதான் பெரிய சிரமமாக இருக்கும்.

யாராவது வெட்டிக் கொடுத்தால், எளிதாக வதக்கி சமைத்து விடலாம். ஆள்பலம் இல்லாதபோது, இப்படியான 'கட்டர்'கள் உற்ற தோழன் போல. நிறைய நேரத்தை மிச்சப்படுத்தலாம்; அந்த நேரத்தை வேறு பயனுள்ள வேலைகளுக்கும் பயன்படுத்தலாம். இப்படி நினைத்துதான் அதை வாங்கினேன். வாங்கிய பிறகுதான் தெரிந்தது, வேக வைத்த காய்கறிகளைக் கூட அதால் வெட்ட முடியாது என்று; மீறி வெட்டினால், அதன் பிளேடே' உடைந்து விடும் என்று.

வேறொரு சமயம், வீட்டிற்கு வந்திருந்த தோழி அதைப் பார்த்துவிட்டுக் கேட்டாள். 'ஏன்டி இதை வாங்கினே, ஏறி அது மேலயே உக்காந்து வெட்டினாலும் வெட்டாதே இது. என்கிட்ட கேட்டிருக்காலாம்ல' என்று.

ஃ

சரி இதுவரை சொன்னதை விடப் பெரிதாய் சாதித்த கதை ஒன்றைச் சொல்லவா?!

மகளை பள்ளியில் *LKG* சேர்க்க, வீட்டிற்கு அருகில் / எனது அலுவலகத்திற்கு அருகில் எனத் தேடியதில், மகரிஷி வித்யா மந்திர் அப்போதே - பதினைந்து வருடங்களுக்கு முன்பு - இரண்டு இலட்சம் கேட்டார்கள். அதுவும் *seat* கிடைக்குமா இல்லையா என்கிற உத்திரவாதம் கிடையாது, என்று சொல்லித்தான் கேட்டார்கள்.

அங்கு *seat* கிடைக்க மக்கள் பிரம்மப் பிரயத்தினம் செய்வார்கள். முதல்நாள் இரவு ஒரு மணியிலிருந்தே வரிசையில் காத்திருக்க வேண்டும். காலை *9* மணிக்கு மேல்தான் பெற்றோருக்கான நேர்காணல் மற்றும் விண்ணப்பம் கிடைக்கும். இருக்கும் *500* சீட்டுகளுக்கு, ஆயிரம் இரண்டாயிரம் என விண்ணப்பங்கள் விற்பனையாகும். அப்புறம் அந்த ஆயிரம் இரண்டாயிரம் விண்ணப்பங்களையும் புடம்போட்டு, பிள்ளைகளைத் தமது பள்ளிக்குத் தேர்ந்தெடுத்துக் கொள்வார்கள்.

Seat-க்கு எந்த உத்திரவாதமும் இல்லை என்று சொல்லி இரண்டு இலட்சம் கேட்கையில், 'அதற்கு இந்தக் காசுக்கு ஊர்க் கோடியில் நிலம் வாங்கிப் போட்டேன் என்றால், பதினைந்து இருபது வருடங்களில் என் மகள் இலட்சாதிபதி' என்று சொல்லிவிட்டுப் வந்து விட்டேன்.

மணம் பெருமிதம் மிகவுற இருந்தது. நாங்கள் வாழ வேண்டிய ஒரு பெரிய வீட்டிலிருந்து விரட்டியடிக்கப் பட்டு, சென்னையில் வாடகை வீடுகளில் அலைக்கழிந்து கொண்டிருந்த எனக்கும் மகளுக்கும் நிலம் வாங்குமிடம் சென்றதும், நிலம் வாங்கப் போவதும் என்னவோ அன்றே வீடு கட்டி குடி புகுவது போன்று மிகுந்த மனநிறைவைத் தந்தன.

கொஞ்ச நாள் கழித்து, சரி நிஜமாகவே நிலம் வாங்கிப் போட்டால்தான் என்ன... என்று தோன்றியது.

சரியாக இரு வருடங்கள் கழித்து, அலுவலகத்தில் உடன் வேலைசெய்யும் சக ஊழியர் 'ஊர்க் கோடியில்' சுமங்கலி நகர் என்ற ஒன்று உருவாகி வருவதையும், அவரது சொந்த அக்காள் கணவர் அதில் வேலை செய்கிறார்; எனவே, நம்பி வாங்கலாம் என்கிற நம்பிக்கையையும் தந்தார். மேலும், அவரும் அவரது நண்பர்கள் சிலரும் நிலம் வாங்க இருப்பதையும் சொன்னார்.

இரு துண்டு நிலங்கள் வாங்குவது; பத்து பதினைந்து வருடங்கள் கழித்து, ஒன்றை விற்று இன்னொன்றில் கட்டிடம் கட்டுவது என்று திட்டமிட்டேன். அதுவரை வெட்டியாக 'லாக்கரில் இருக்கும் நகைகளை வங்கியில் அடகுவைத்து கொஞ்சம் பணம் புரட்டிவிடலாம்; அலுவலகத்தில் கொஞ்சம் கடன் வாங்கலாம்; நண்பர்களிடம், சக ஊழியர்களிடம் கொஞ்சம் கடன் வாங்கிக் கொள்ளலாம்; எல்லாக் கடன்களையும் நாலைந்து வருடங்களில் அடைத்துவிடலாம்; என்ன, அன்றாட வாழ்க்கையைச் சிக்கனமாக வாழவேண்டி வரும், வாழ்ந்து கொள்ளலாம், என்று திடமாக முடிவெடுத்து, செயல்படுத்தத் தொடங்கினேன்.

பனிமலர் கல்லூரி எல்லாம் தாண்டி, அந்த ரியல் எஸ்டேட்டின் அலுவலகம் இருந்தது. ரியல் எஸ்டேட் ஓனர் மிகப் பெரிய அரசியல்வாதியின் பினாமியாக இருந்தார். பேருந்து நிறுவனம் வைத்திருந்தார். 20ற்கும் மேற்பட்ட பேருந்துகள் வைத்திருந்தார். அந்த அலுவலகத்தில்தான் நில சம்பந்தமான பேச்சு வார்த்தைகள் நடந்தன. அவருக்கு இது, பலவற்றில் ஒரு தொழில். முப்பது வயதே நிரம்பியவர். அவர் பேச்சும் நடவடிக்கைகளும் அவ்வளவு முதிர்ச்சியாக இருந்தன. வாழ்வில் நிறைய அனுபவப் பட்டவர் என்பது அவரது ஒவ்வொரு செயல்பாடுகளிலும் தெரிந்தது. அவரது மாமியார், பத்திரப் பதிவு அலுவலகத்தில் இருந்து 'விருப்ப

ஓய்வு' பெற்றவர். அவரது மனைவி, மாமியார், அண்ணன், தம்பி, மச்சினன் என எல்லாருமே குடும்பமாக இந்த ரியல் எஸ்டேட் பிசினெஸில் ஈடுபட்டிருந்தனர்.

நாங்கள் - நிலம் வாங்குபவர்கள் எல்லாரும் கிட்டத்தட்ட முப்பது பேர் இருப்போம். அனைவரையும் இரண்டு வேன்களில் நிலம் இருக்கும் இடத்திற்கு அழைத்துப் போனார்கள். ஒருவருக்கொருவர் நம்பிக்கையில், எதிர்கால வாழ்வின் ஒளிமயத்தில், தன்னம்பிக்கையின் உச்சத்தில் இருந்தோம்.

பத்திர காப்பி அனைவருக்கும் தரப்பட்டது. இரு தவணைகளில் பணம் செலுத்த வேண்டும் என ஒப்பந்தமானது.

நான் எனது அக்கா மற்றும் நண்பர்கள் துணையுடன் பத்திரம், தாய்ப் பத்திரம், வில்லங்கப் பத்திரம் ஆகியவற்றைப் பற்றி அறிந்துகொள்ளத் தொடங்கினேன். சம்மந்தப்பட்ட நிலத்தில் எந்தப் பிரச்சினையும் இல்லை என்பதை வக்கீல் ஒருவரிடம் கொடுத்து ஒப்புதல் வாங்கினேன். நிலம் எல்லா வகையிலும் அருமையாக அமைந்திருந்தது. மனம் பெருமிதம் மிகவுற இருந்தது. நாங்கள் வாழ வேண்டிய ஒரு பெரிய வீட்டிலிருந்து விரட்டியடிக்கப் பட்டு, சென்னையில் வாடகை வீடுகளில் அலைக்கழிந்து கொண்டிருந்த எனக்கும் மகளுக்கும் நிலம் வாங்குமிடம் சென்றதும், நிலம் வாங்கப் போவதும் என்னவோ அன்றே வீடு கட்டி குடி புகுவது போன்று மிகுந்த மனநிறைவைத் தந்தன.

2012 ஆகஸ்ட் இரண்டாவது வாரம் நிலம் வாங்கப் போகிறவர்கள் அனைவரும் அவரது அலுவலகத்திற்குச் சென்றிருந்தோம். அங்கிருந்து ஸ்ரீபெரும்புதூர் பத்திரப் பதிவு அலுவலகம் கூட்டிச் செல்வதாகச் சொல்லியிருந்தார்கள். பத்திரப் பதிவிற்கு முந்தைய எல்லா விசயங்களும் அவர் அலுவலகத்தில் நடந்தன. ரியல் எஸ்டேட் பிசினெஸ் செய்பவர்களிடம் நிலம் வாங்கியவர்களுக்குத் தெரியும்; ரியல் எஸ்டேட் பிசினெஸ் செய்பவர்கள் ஒவ்வொருத்தரிடமிருந்தும் நிலத்தைப் பெற்று, பெரு நிலமாகத் தன் பெயரிலும், தன்னிடம் வேலைசெய்யும் டிரைவர், தோட்டக்காரர், மாமா, மச்சினன், அப்பா, அம்மா - என எல்லார் பெயரிலும் 'பவர் ஆஃப் அட்டர்னி' பெற்று வைத்திருப்பார்கள். கத்திரிக்காயை மொத்தமாக வாங்கி, விற்கும் பொறுப்பைத் தனக்கு வேண்டியவர்களிடம் தந்து, கத்திரிக்காய் வாங்க விரும்புபவர்களுக்குக் கூறு போட்டு விற்பது போலத்தான்.

எனது நிலத்திற்குக் கையெழுத்திட வேண்டிய டிரைவர் (தன் பெயரில், ஓனரின் நிலத்தை வைத்திருப்பவர்) அன்றைக்குப் பார்த்து வரவில்லை. ஃபோன் மேல் ஃபோன் பறக்கிறது. நிலம் வாங்க வந்த மற்ற அனைவருக்கும் பிரச்சினை இல்லை. அவர்களுக்குக் கையெழுத்திட வேண்டியவர்கள் வந்து விட்டார்கள். நில ஓனரோ, 'பார் இப்படிச் செய்து விட்டான். எனக்கு மரியாதை என்ன ஆவது, இந்தனை நிலம் இன்றைக்கு 'ரெஜிஸ்டர்' செய்கிறேன், என்று ரெஜிஸ்ட்ரெர் ஆஃபிஸில் சொல்லி வைத்துள்ளேன். இவன் இப்படிச் செய்துவிட்டானே...'

'மேடம், அதைவிட அருமையான நிலம்; பாருங்க இது நான் எனக்காக வைத்திருப்பது. பாருங்க. வாஸ்து சுத்தமானது' என்று இன்னொரு நில வரைபடத்தைக காட்டினார். கடந்த ஒரு மாத ட்ரெயினிங்கில், துரிதமாக அவற்றைப் பார்த்து, குடும்பத்தினரிடமும் கலந்தாலோசித்து, வாஸ்துப்படியும் நில அமைப்பின் படியும் முன்பு சொன்ன நிலத்தை விடவும் இது அதிக நலமுடன் இருப்பதை உணர முடிந்தது. வாழ்வில் இப்படித் தேடி சில நலன்கள் வரத்தான் வரும். வரும்போதே அள்ளிக்கொள்ள வேண்டும். கொண்டேன்.

நிலம் வாங்கிய மறுவாரம், அலுவலகத்தில் எனக்கே எனக்கென தனி கார் (செகன்ட் ஹேண்ட்) தந்தார்கள்.

ஓரிரு மாதங்களில் பெரிய விபத்தொன்றில் மாமா (அக்காள் கணவர்) இறந்து போனார். அப்பா இறந்து முப்பது வருடங்களுக்குப் பிறகு, இது தாங்க முடியாத இடி எங்களின் குடும்பத்திற்கு.

அதற்கடுத்த சில மாதங்களில் நான் டூ வீலரில் செல்லும்போது பெரிய விபத்தொன்று நிகழ்ந்து கால் எலும்பு முறிந்து விட்டது. ஒண்ணரை மாதம் சிகிச்சை மற்றும் ஓய்வு. மூன்று மாதங்கள் வீட்டிலிருந்தே வேலை.

வாழ்க்கை அடித்துக் கட்டியதில் ஓரிரு வருடங்கள் நிலம் வாங்கியதே மறந்து போய்விட்டது. பிறகு எப்போதாவது, சக நிலம் வாங்கியவர்கள் பேசுவார்கள். வேலி கட்டலாமே? என்று சொல்லுவார்கள். பட்டா வாங்கி விட்டீர்களா? வில்லங்க சர்ட்டிஃபிகேட் வாங்கியாச்சா? என்று பேச்சு நீளும். அவ்வளவுதான்.

கடந்த பத்து வருடங்களில் நிலம் இந்நேரம் காடாக மாறி

இருக்கும்; எப்படி நம் துண்டு நிலத்தைக் கண்டு பிடிப்பது, என்றெல்லாம் யோசித்ததுண்டு. நிலப் பத்திரம் அவசர அவசரமாகப் பதிந்ததில், அப்பா பெயர் என அடிக்க வேண்டியதில், டைப்பிங் மிஸ்டேக்காக 'கணவர் பெயர்' என அடிக்கப்பட்டிருந்தது. அதை மாற்றி எழுத, ஓரிரு முறை அந்த ரியல் எஸ்டேட் ஓனரைப் பார்க்கச் சென்றிருந்தேன். அவரது அந்த நிலத்தின் தற்காலிக ஓனராக இருந்த ட்ரைவரைப் பார்க்கவே முடியவில்லை. அவர் வேறு மாநிலத்திற்குக் குடிபெயர்ந்து விட்டதாகக் கூறினார்கள்.

நில ஓனரைப் பார்க்கவே முடியவில்லை. அவரது மச்சான்தான் 'நீங்க மட்டும் இப்போ பிழைத் திருத்தம் செய்துக்கங்க. ட்ரைவர் சென்னை வரும்போது அவரையும் வைத்து எழுதிக் கொள்ளலாம்' என்றார். அப்படிச் செய்வதற்கு உதவினார். அதற்கும் செலவிற்குப் பணம் வாங்கிக் கொண்டார்.

இப்போது அந்த நில ஓனர் ஒரிஸ்ஸாவில் செட்டிலாகிவிட்டார் என நான் நிலம் வாங்க உதவிய எனது சக ஊழியர் வழியாகக் கேள்விப்பட்டேன்.

நிலம் வாங்கி பத்து வருடங்கள் கழிந்த பிறகு, இந்த வருட பிப்ரவரியில் எந்த முன்னறிவிப்பும் இல்லாமல் ஒரு ரெஜிஸ்ட்ரர் தபால் வந்தது. சிப் காட் நிறுவன நிலத்தை நான் வாங்கியிருப்பதாகவும், அதை தற்போதைய சந்தை விலைக்கு - அவர்களே ஒரு விலை வைத்து - தருவதாகவும் பெற்றுக் கொண்டு நிலத்தைத் தந்துவிடும்படியும் சொல்லியிருந்தார்கள்.

பத்து வருடங்களுக்கு முன்பு நான் வாங்கியிருந்ததை விட மூன்று மடங்கு குறைந்த விலை. அதைவைத்து அதிகப்பட்சம் நான் எதுவுமே செய்து விட முடியாது. நான் தபாலை எடுத்துக் கொண்டு அரசு வேலையில் பெரிய நிலையில் இருக்கும் நண்பரிடம் அவரது இணையரிடம் போக, அவர்கள் தமது உறவினர் ஆட்சியரிடம் விசயத்தைக் கொண்டு சென்றார்கள். அவரும் இதில் செய்ய ஒன்றுமில்லை, என்று சொல்லிவிட்டார்.

தெளிவாக இதில் செய்ய ஏதுமில்லை என்று அறிந்த பிறகு நான் சிப்காட் நிறுவனம் கொடுத்திருந்த கெடுவிற்குள் பத்திரங்களை ஒப்படைத்து, அவர்கள் நிர்ணயித்திருந்த குறைந்த விலையைப் பெற்றுக் கொண்டேன்.

பத்து வருடங்களுக்கு முன்பே சிப்காட் நிறுவனத்திற்குச்

சொந்தமாயிருந்த நிலத்தை எப்படி, நில ஓனரால் எனக்கு விற்க முடிந்தது?

ஏன் சிப்காட் நிறுவனம் தனக்குச் சொந்தமான நிலத்தை முள்வேலி போட்டு, யாரும் அதைச் சட்டத்திற்குப் புறம்பாகப் பயன்படுத்த முடியாதபடி வைத்திருக்கவில்லை?

பத்திரப் பதிவு அலுவலகத்தாருக்கு இது சிப்காட் நிலம் என்று தெரியும்தானே? எப்படி நில ஓனருக்கு அதைப் பதிந்து கொடுத்தார்கள்? அதை அவர் எங்களுக்கு விற்று மறுபதிவும் செய்யவிட்டார்கள்? மக்களை காக்க வேண்டிய அரசும் அரசு ஊழியர்களுமே இப்படி மக்களுக்கு எதிராகச் செயல்படுவார்களா? பெற்ற தாயும் தந்தையுமே பிள்ளையின் ரத்தத்தை உறிஞ்சி எடுத்து வளருவார்களா?

அன்று என்னோடு உடன் நிலம் வாங்கிய யாருக்கும் இது நிகழவில்லை. அன்றைய தினத்தை இப்போது மறுபடியும் யோசித்துப் பார்க்கும்போதுதான் - அன்று நடந்த எல்லாமே தெளிவாகத் திட்டமிடப்பட்டு நடந்தேறிய நாடகம் என்பது புரிகிறது.

கிட்டத்தட்ட எனது 5 வருடகால சேமிப்பு போயிற்று. அந்த நிலம் தந்த தெம்பு என்பது இந்தப் பத்து வருடங்களில், இனிமேல் எதையுமே கடுஞ்சிக்கனமாய் இருந்து சேமிக்கத் தேவையில்லை என முடிவெடுத்து, 2015இலிருந்துதான் ட்ரெக்கிங் 'டூர்' வீட்டுக்குத் தேவையான பொருட்கள் என்றெல்லாம் நானும் மகளும் வாழத் தொடங்கி இருந்தோம். எனவே, இதுவரையிலான என் வாழ்நாள் சேமிப்பு போயிற்று என்றும் சொல்லலாம்.

வென்றதை விட, தோற்றதைச் சொல்ல அதிக மனத் துணிவு வேண்டும்; அடித்ததை விட அறை வாங்கியதைச் சொல்ல மனவுறுதி வேண்டும். யாரும் யாருக்கும் 'பார்த்துப் போ' என்று அறிவுரை வழங்கிவிடலாம். ஆனால், விபத்து நிகழ்ந்த பிறகு சொல்ல ஏதுமில்லை.

சில தவறுகள் ஈடுகட்டப்படுவதில்லை; அவற்றை அப்படியே கடந்துவர வேண்டி இருக்கிறது; ஏற்றுக்கொள்ள வேண்டி இருக்கிறது.

நாம் இந்த உலகிற்கு எதையும் எடுத்து வரவில்லை; உலகை விட்டுப்போகும்போது எதையும் கொண்டு போகவும் முடிவதில்லை; இந்த வாழ்வு எப்படி வாழக் கிடைத்திருந்தாலும் அது அதன் அளவில் முழுமையானது.

சொல்ல வேண்டிய கதை

திருமணம் என்கிற அமைப்பு உடைகிறதா
ஆம்; உடைந்து கொண்டிருக்கிறது; நொறுங்கித் தூளாக ஆகிக் கொண்டிருக்கிறது.

எந்த நிறுவனம் அல்லது அமைப்பாக இருந்தாலும், காலத்திற்கேட்ப தன்னை புணரமைத்துக் கொண்டே இருக்க வேண்டும். அப்போதுதான் அது வாழும். தன்னைத் தகவமைத்துக் கொள்ளாத எதுவும் வீழும். அதுவேதான் குடும்பம் என்கிற அமைப்பிற்கும் பொருந்தும்.

ஒருவரே வேலை செய்து கொண்டிருப்பது; இன்னொருவர் அதன் பலனை அனுபவிப்பது. ஒருவர் மட்டுமே உழைத்துக் கொண்டிருப்பது; இன்னொருவர் எதுவுமே செய்யாமல் இருப்பது. ஒருவரே சம்பாதிப்பது; இன்னொருவர் செலவு செய்து, அதன் மகிழ்வை அனுபவிப்பது - என எந்தக் குற்றவுணர்வுமில்லாமல் இருந்தால், குடும்பம் என்கிற நிறுவனம் நிச்சயமாக உடையத்தானே வேண்டும்.

சதி'யிலிருந்து, விதவை'யிலிருந்து, ஜாதியிலிருந்து, பெண் கல்வி மறுப்பிலிருந்து, இந்த சமூகத்தின் அனைத்து மூடப் பழக்க வழக்கங்களும் உருவாகக் காரணமாயிருந்த குடும்பம் ஒழியத்தானே வேண்டும்.

அனாதை குழந்தைகள் எங்கிருந்து உருவாகிறார்கள்; அவர்கள் ஏன் குடும்பம் அற்றவர்களாக ஆனார்கள்; குடும்பங்களிலிருந்து வந்தவர்களால்தானே? அது குறித்த எந்த மனிதாபிமானச் சிந்தனையும் அற்றிருக்கிற குடும்பங்கள் அழியத்தானே வேண்டும்.

திருமணம் என்கிற, குடும்பம் என்கிற அமைப்பு உடையாமல் இருக்க வேண்டுமானால் என்ன செய்ய வேண்டுமோ அதை எப்போதும் யாரும் செய்ய நினைக்கக்கூட இல்லை; குடும்பம் என்கிற முதலாளித்துவ நிறுவனத்தால், சமூகத்தில் உருவான தீமைகள் எண்ணற்றவை; அவற்றை ஒவ்வொரு குடும்பமும் தானே தன்னளவில் சரி செய்ய முன்வர வேண்டும்.

குடும்பம் என்ற அமைப்பு உடையாமல் சிறப்புற இருக்கவேண்டும் என்றால் என்ன செய்யவேண்டும்

வீடு என்பது விடுதலையான இடம். வீடு என்பது அதன் உறுப்பினர்கள் அனைவருக்கும் மகிழ்வை தருவதாகவும், பொறுப்புகளைச் சம பங்கு சமானமாகப் பகிர்வதாகவும் அதன் ஓய்வையும் அதன் பலன்களையும் அனைவரும் அனுபவிப்பதாகவும் இருக்க வேண்டும். உண்மையில் அது அப்படி இருக்கிறதா?

இந்த ஆணாதிக்க சமூகத்தில், ஆண் உயர்ந்தவனாகவும் பெண் தாழ்ந்தவளாகவும் பார்க்கப்பட்டு, ஆண் செய்கிற வேலைகளெல்லாம் உயர்வாகவும் பெண் செய்கிறவை மாற்றுக் குறைவாகவும் பார்க்கப்படுகின்றன.

இயற்கை இயல்பாகத் தந்த ஒருறுப்பால் ஆண் ஏன் உயர்வாகப் பார்க்கப்பட வேண்டும்? ஒருயிராக அவன் இந்த பூமியில் என்ன செய்கிறான் என்பதுதானே 'பெருமைக்கும் ஏனைச் சிறுமைக்கும் தத்தம் கருமமே கட்டளைக் கல்'லாக இருக்க வேண்டும். அவனது செயல்கள் பெருமைப்படத் தக்கனவாக இருக்கின்றனவா?

பெரும்பான்மை வீடுகளில், கழிவறையைச் சுத்தப்படுத்துவது பெரும்பாலும் பெண்கள்தான்; பெரும்பாலான ஆண்கள் 'ஃப்ளஷ்' கூடப் பண்ணுவதில்லை. செயலின் விளைவை, செய்தவர்தானே அனுபவிக்க வேண்டும். ஆனால், ஆண்கள் விசயத்தில் எப்போதும் இது நேருக்கு மாறாக இருக்கிறது. வீடு என்பது ஆண் பெண் இருவருக்கும் அடிப்படையான ஒன்று. அதில் உயர்வு தாழ்வு பார்ப்பது என்பது, நமது உடலின் பாகங்களில் ஒன்றைக் குறைவாகவும் இன்னொன்றை உயர்வாகவும் கருதுவதற்குச்

பிருந்தா சேது

சமம். உண்மையில் ஜாதீயம் இங்கிருந்தும்தான் தொடங்குகிறது. சாதிய வர்ணாசிரமத்தின் மேல் கீழ் படிநிலை வரிசை, ஆண் மேலாதிக்கத்திற்கும் பெண் அடிமைக்கும் கூட பொருந்திப் போகிறது. உண்மையில் ஜாதி அடித்தோன்றலின் இந்த இடம் சரிப்படுத்தப் பட்டால்தான், ஜாதி ஒழிப்பு நிகழ்வதற்கான சாத்தியக்கூறுகளும் ஏற்படும் என்று சொல்லலாம்.

அது ஆண் பெண்ணோ, நண்பர்களோ, கணவன் மனைவியோ, அப்பா அம்மாவோ, அண்ணன் தம்பியோ, அக்கா தங்கையோ, தாய் மகளோ - எதுவானாலும் எந்த இருவர் உறவிலும் உயர்வு தாழ்வின் அரசியல் இருக்கிறது. ஒருவர் வேலை செய்பவராகவும், இன்னொருவர் வேலை வாங்குபவராகவும் இருக்கிறார்கள்.

எந்த நால்வர் குழுவிலும் - அது குடும்பமோ, தோழர்களோ, அலுவலகமோ - ஒரு முதலாளி, ஒரு அடிமை, ஒரு மேல் ஜாதி, ஒரு கீழ் ஜாதி - இருக்கிறார்கள். நலிந்த ஒருவருக்கு கீழான வேலை தரப்படுகிறது. மேலானவராகத் தன்னை நினைத்துக் கொள்பவர் வேலை வாங்குபவராக இருக்கிறார். இப்படித்தான் ஆண்-பெண் இடையேயான ஏற்றத்தாழ்வும் உள்ளது. சாதிய விவாதம் வெளிப்படையாக உருவானால்தான் ஆண்-பெண் இடையேயான ஏற்றத்தாழ்வு குறித்த பாகுபாடும் மாறும்.

நோய்கள் வெவ்வேறு பெயர்களில் வந்து கொண்டு இருப்பது போல, ஜாதி என்கிற ஏற்றத்தாழ்வு வெவ்வேறு வடிவத்தில் தொடர்ந்து கொண்டே இருக்கிறது. இதை மாற்ற, திறந்த விவாதம் மற்றும் சுய அலசல் தேவை.

கூட்டுக் குடும்ப அரசியல்:

மனிதர்கள் முதலில் குழுவாக வசித்தார்கள்; ஊர் ஊராக சென்றார்கள்; பிறகு அவரவர் குழந்தை அது தனியாக தெரிய வேண்டும் என்பதான கூட்டுக் குடும்ப முறைகள் உருவானது; பிறகு சொந்த ஊரிலேயே காலம் காலமாக வசிப்பது என்கிற நிலை மாறி படிப்பு வேலை வியாபாரம் காரணமாக வெளியூர்களுக்கு செல்லும் போக்கும் வெளிநாடு செல்லும் போக்கும் ஏற்பட்டது. அப்போது தனிக் குடும்பம் உருவாக ஆரம்பித்தது; பொருளாதார காரணங்களுக்காகவும் தனிக் குடும்பம் உருவானது.

இந்தியாவில் மட்டும்தான் பெற்றோர் சாகும்வரை பிள்ளைகளை வளர்த்திக் கொண்டிருப்பார்கள். பிள்ளைகளது வாழ்வையும் சேர்த்து தானே வாழ்வார்கள்.

கூட்டுக் குடும்ப அரசியல் என்பது எவ்வளவு பேசினாலும் அதன் மனக்கசப்பு தீராதது. காபி டிகாஷன் தொடங்கி முதல் டிக்காஷன் இரண்டு மூன்றாந்தர டிக்காஷன் வரை செல்லும். தேங்காய்ப் பாலிலும் இதே கதைதான். கூட்டுக் குடும்பத்தின் நலிந்த உறுப்பினருக்கு அந்த நீர்த்த தேங்காய்ப்பால் சென்று சேரும்.

உணவு சமைப்பதில், உணவை பரிமாறுவதில், உட்கொள்வதில், பாராபட்சமாகப் பகிர்ந்து உண்பதில், தெரியாமல் பதுக்கி சாப்பிடுவதில், தனது பணத்தைச் செலவழிக்காமல் சேர்த்து வைப்பதில், ஒருவர் உழைப்பை இன்னொருவர் சுரண்டுவதில், ஒவ்வொருவருக்குமான அந்தரங்கம் அற்றுப்போவதில் என இப்படியான மாண்புகளில் கூட்டுக் குடும்பங்களின் பங்கு அதிகம். எனக்குத் தெரிந்த அத்தை ஒருவர் கூட்டுக் குடும்ப வார்ப்பிலிருந்து வந்தவர்; துணி வைக்கும் பீரோவில் வாழைப் பழங்களைப் பூட்டி வைத்திருப்பார்.

கூட்டுக் குடும்பங்களில், மாமியார் டிவி பார்த்துக் கொண்டிருப்பதும் மாமனார் பேப்பர் படித்துக் கொண்டிருப்பதும் மருமகள் மட்டுமே வேலை செய்து கொண்டிருப்பதும் மகன் வேலைக்கு சென்று பொருளீட்டுவதும் என்று வெகு சாதாரணமாக இருக்கும்.

கூட்டுக் குடும்பத்தில் இருக்கும் சிக்கல்களைத் தீர்க்க, வீட்டின் ஒவ்வொரு உறுப்பினரும் - வீட்டு வேலைகள் என்றால் என்னென்ன இருக்கிறது; ஒரு சமையல் என்றால் என்ன இருக்கிறது; சமையலில் முழுதாக ஈடுபடவில்லை என்றாலும் கூட அதில் சிறு சிறு உதவிகள் செய்வது எவ்வளவு முக்கியம் என்பதை உணர வேண்டும். ஒரு பாடல் உள்ளது.

//ஆடிப் பாடி வேல
செஞ்சா அலுப்பிருக்காது
அதில் ஆணும் பெண்ணும்
சேராவிட்டா அழகிருக்காது// என்று வரும்.

அந்த பாடலில் போல, அனைவரும் சேர்ந்து குழுவினராக வேலை செய்யும் போது - தனியாக ஒரு வேலை செய்வதன் சுமையும் தனியாக வேலை செய்வதன் சோர்வும் சலிப்பும் எல்லாமும் குறையும். குழுவினரோடு மகிழ்வான விஷயங்களை

பிருந்தா சேது

பேசிக்கொண்டே வேலை செய்வது மனதிற்கும் வேலைக்கும் உற்சாகத்தை தரும்; இதுதான் மனிதாபிமானமும் கூட.

ஒரு வீட்டில் குழந்தைகள் உட்பட, அவரவர் அவரால் முடிந்த பங்கு வேலைகளை பொறுப்புடன் பகிர்ந்து செய்ய வேண்டும்; சமபங்கு என்பது வேலையின் சம பங்கு அல்ல; அவரவரவரால் முடிந்த, அவரவர் உடல் உழைப்பால் முடிந்த, அவரவர் மன உழைப்பால் முடிந்த பங்கு! இந்த புரிதல் இருந்தால், வீடு எப்போதும் மகிழ்வாக இருக்கும்.

ஆனால், பொதுவாக திருமணம், குடும்பம், கூட்டுக் குடும்பம் சார்ந்த உறவுகள், உறவினர்கள் - இவை சார்ந்த உணர்வுகள் மனித மனத்திற்கு நிம்மதியும் நிறைவும் தருபனவாக உள்ளனவா? குடும்பங்களில் நடக்கும் குற்றங்கள், உருவாகும் குற்றவாளிகள், பாலியல் வல்லுறவுகள், குடும்பச் சண்டைகள், குழந்தைகளுக்கு எதிரான குடும்பங்களில் நடக்கும் குற்றங்கள், குடும்ப வன்முறைகள் - அடிப்பது சொற்களால் துன்புறுத்துவது மௌனத்தால் துன்புறுத்துவது இகழ்வது புறக்கணிப்பது அவமானப்படுத்துவது, குடும்பச் சுரண்டல்கள் - இவை இல்லாத மகிழ்ச்சியான ஒரு குடும்பத்தையாவது பார்க்க முடிகிறதா?

எங்கும் எதிலும் எல்லாவற்றிலும் போட்டிகள், பொறாமைகள், ஆதிக்கங்கள், அதிகாரங்கள், சாஸ்திர சம்பிரதாயங்கள், சடங்குகள், பிற்போக்குத்தனங்கள், பண்டிகை, கொண்டாட்டங்கள் என்பதன் பெயரில் எப்போதும் பெண்களை பிழிந்து எடுக்கும் வேலைகள்...

70 ஆண்டுகளாக நம்மை ஆளும் திராவிட அரசு பெண்களுக்கு என்ன செய்திருக்கிறது என்று பார்த்தோமானால், மற்ற அரசு அதிகார மையங்களை விட செய்திருக்கிறதுதான். ஆனால் தான் செய்திருக்க வேண்டிய அளவு செய்யவில்லை. ஒரு பெண் தலைமையை கூட உருவாக்க உருவாக்காததில் இருந்து இதைத் தெரிந்து கொள்ளலாம்; பெரியாரிச வீடுகளிலும் பெண்கள் குடும்பம் என்கிற அடக்கு முறையிலேயே இருப்பதை பார்த்து இதை தெரிந்து கொள்ளலாம்.

இந்த அறுபது எழுபது வருடங்களில் பெண்கள் கல்வியிலும் வேலை பொறுப்புகளிலும் முன்னேற்றம் அடைந்த அதே அளவு, ஆண்கள் அடையவில்லை. முன்னேற்றம் என்பது முன்னோக்கிப் போவது மட்டுமில்லை; இத்தனை காலம் தான் செய்யத் தவறிய தனது பொறுப்புகளை உணர்ந்து பின் நோக்கி சரி

அப்புறம் என்பது எப்போதும் இல்லை

எந்த நிறுவனம் அல்லது அமைப்பாக இருந்தாலும், காலத்திற்கேட்ப தன்னை புணரமைத்துக் கொண்டே இருக்க வேண்டும். அப்போதுதான் அது வாழும். தன்னைத் தகவமைத்துக் கொள்ளாத எதுவும் வீழும். அதுவேதான் குடும்பம் என்கிற அமைப்பிற்கும் பொருந்தும்.

செய்வதும்தான். வீட்டிலும் குழந்தை வளர்ப்பிலும் தன் பங்கு பொறுப்புகளை உணர்ந்து செய்யாததே, தற்போது குடும்பங்கள் உடைவதற்கான முக்கியமான காரணமாக இருக்கிறது. உணவு சமைத்தல் என்பது பெரும் உழைப்பைக் கோருவதாக இருக்கிறது. நாளின் பெரும்பகுதியை எடுத்துக் கொள்கிறது.

//சமையலறை ஒழிக!

ஆளுக்கு ஆள் வீடு வேண்டும் என்கிற நிலைமையும், வீட்டுக்கு வீடு சமையல் அறை என்கிற நிலைமையும் ஒழிந்தால் தான் அநாவசியமான தொல்லைகளை நாம் குறைத்துக் கொள்ள முடியும். உணவு விடுதிகள் மூலம் ஆயிரக்கணக்கான குடும்பங்களில் சமையல் அறை இல்லாமல் செய்ய வேண்டும். இதன் மூலம் குடும்பத் தொல்லைகளைக் குறைக்க முயற்சி செய்ய வேண்டும்.

(பெரியார், விடுதலை - 07.09.1973)//

என எழுபதுகளிலேயே பெரியார் சொல்லியும், இவ்வளவு கால திராவிட ஆட்சியில் பெண்கள் கரண்டியை பிடிப்பதை விட்டு விடும் விடுதலையை தர முடியவில்லை என்பதிலிருந்து தெரிந்து கொள்ளலாம். உணவு சமைப்பது சார்ந்தே பெண்மையை பெண்களை சுரண்டுதல் இன்னமும் நடந்து கொண்டிருக்கிறது என்பதிலிருந்து அறியலாம்.

கூட்டுக் குடும்பமோ, தனிக் குடும்பமோ, சாதாரணமாக முற்போக்காக சிந்திக்கிற ஒரு குடும்பத்தையாவது காண முடிகிறதா? அது பெரியாரிசம் பேசும் அரசியலறிவு நிறைந்த குடும்பமாகவே இருந்தாலும்கூட அங்கும் சமையல் என்பது பெண் வேலையாகத்தான் இருக்கும்; சமையலுக்கு ஆளிருந்தால் கூட, அன்றைய சமையல் என்ன, யார் யாருக்கு என்ன பிடிக்கும், எவ்வளவு சமையல் செய்ய வேண்டும், அன்று யார் விருந்திற்கு வருகிறார்கள், அவர்களுக்கு எந்த உணவை எந்தவிதமாகத் தர

வேண்டும், எப்படிப் பரிமாற வேண்டும், பாத்திரங்கள் கழுவப்பட்டு விட்டனவா, சாப்பாட்டு அறை சுத்தமாக இருக்கிறதா போன்ற சமையல் சார்ந்த, வீடு சார்ந்த அனைத்தையும் செய்வது 'பெண்'ணுடைய வேலையாகத்தான் இருக்கும்.

எப்போதும் அலுவலகம் வேலை என்று குழந்தை வளர்ப்பில் பங்கெடுத்துக் கொள்ளாத ஆண், அந்த குழந்தை வளர்ந்து பெரிதான பின்பு அவர்களது மகிழ்வில் மட்டும் எப்படி பங்கெடுக்க முடியும்? குதிரை கொள்ளு தருபவரை விசுவாசிக்குமா கொள்ளுக்கு காசு தருபவரையா? குடும்பம் என்பது உணர்வு பிணைப்பு (Emotional Bond).

உணர்வுகளைப் பண்பாகக் கையாளுவதே சிறந்த முறை. பொதுவாக, பெரியாரிசம் பேசுபவர்கள் அறிவு சார்ந்து யோசிப்பதாக சொல்லிக்கொண்டு, உணர்ச்சிகளையும் உணர்வுகளையும் மதிக்க தவறுகிறார்கள்; அறிவு சார்ந்து யோசிப்பதாக கூறிக்கொண்டு தமக்கு எழும் உணர்ச்சிகளை உணர்வுகளை மதிக்க தவறுவதாலேயே தவறுகள் மீண்டும் மீண்டும் நடந்து கொண்டே இருக்கின்றன.

கணவர் கடவுள் நம்பிக்கை இல்லாதவராக இருப்பார்; மனைவி ஆழ்ந்த வழிபாடு செய்பவராக இருப்பார். எனவே, அது சார்ந்த அனைத்து வேலைகளும் இல்லத்தரசிக்கே நேர்ந்து விடப்பட்டு இருக்கும்.

'எனக்கு கடவுள் நம்பிக்கை கிடையாது; ஆனால் எனது இணையருக்கு கடவுள் நம்பிக்கை உள்ளது. அதனால், பண்டிகை கேளிக்கை விருந்து உறவினர் வருகை கொண்டாட்டங்களில் நான் எனது முழு உழைப்பையும் தருகிறேன்' என இதுவரை எந்த ஆணாவது சொல்லிக் கேட்டிருக்கிறோமா? சொல்லப் போனால் வேலைகளிலிருந்து தப்பிப்பதற்காகத்தான் இவர்கள் 'நம்பிக்கைகளையும் கொள்கைகளையும்' வகுத்துக் கொண்டிருப்பார்கள்.

திருமணம் என்கிற பந்தம் பற்றி எனது இளம் வயதில் நான் இவ்வாறு சொல்வேன். வெளிநாடுகளில் மருத்துவ படிப்புகளுக்கு ஐந்து ஆண்டுகளுக்கு ஒரு முறை மறுபடியும் தகுதி தேர்வு நடத்தப்படும்; அவர்கள் எதையும் மறக்காமல் இருப்பதற்காகவும் refresh செய்து கொள்வதற்காகவும் துறையின் வளர்ச்சியுடன் தன்னை மறுவளம் செய்துகொள்ளவும் - படித்து வெற்றி பெற்று,

தன்னைத் தகுதிப்படுத்திக் கொண்டு மறுபடியும் அதே வேலையை செய்வார்கள்.

அதே போல திருமண பந்தத்தில் ஈடுபடும் இருவரும் ஐந்து ஆண்டுகளுக்கு ஒரு முறையோ, ஆண்டுக்கு ஒரு முறையோ - தங்களது உறவில் என்னென்ன நிறைகுறைகள் உள்ளன; அதை எப்படி எல்லாம் சரி செய்து கொள்ள முடியும்; எந்த எந்த இடத்தில் ஒருவரின் தலையீடு, மற்றவருக்கு இடையூறாக இருக்கிறது; எந்த எந்த இடங்களில் ஒருவரது ஆதரவு மற்றவருக்கு இன்னும் தேவைப்படுகிறது, ஆனால் தரப்படவில்லை என்பதை, எந்தவிதத் தயக்கமும் பயமும் கூச்சமும் அற்று உரையாடும் நிலை வேண்டும்; அப்படியான மிகத் தெளிவான சுதந்திரமான நேரான உறவுகளை பார்க்க வேண்டும்'.

மாறி வரும் சினிமாக்கள்

இது அன்றாட வாழ்வில், டம்ளர் கை கூஜா கை கையற்ற கை என வரும் சுழற்சி போலவேதான். இதற்கு பெரிய தொலைநோக்குப் பார்வை அவசியமில்லை. வாழ்வை உற்று நோக்கினாலே போதுமானது. அந்தந்த காலத்திற்கு ஒரு மௌனராகம் - அலைபாயுதே - ராஜா ராணி வருவது போல, வட்டப் பாதையில் வந்துகொண்டே இருக்கும்.

இப்போதெல்லாம் படங்களில், பாடல்களில் 'உங்கள்' 'நீங்கள்' மாறி நீ போ வா ஆனது; அதுவும் இப்போது 'போடி வாடி போடா வாடா' என இருப்பது. பெண் கடைசியில் காலில் விழுவது குறைந்திருப்பது. முன்பெல்லாம் ஆணின் மேல் தவறு என்றாலும் அவன் மன்னிப்பு கேட்கமாட்டான்; பெண்தான் அவனது காலில் விழுந்து, அவன் மன்னிப்பை(?!) ஏற்பாள்.

அறைந்ததும் காதல் வருவது மாறியிருக்கிறது. 'யானை' போன்ற ஆணாதிக்கப்படத்திலேயே கூட, பெண்ணை அறைந்து, பிறகு அதற்காக மன்னிப்பு கேட்பது வந்திருக்கிறது.

பேட்டை'யில் ரஜினி(யே) பிரியாணி சமைத்தது. சமையல் வேலையில் ஆண் வேலை பெண் வேலை என்பது இல்லாமல், வேலை என்பது வெறும் வேலையாக மாறி இருப்பது.

இப்போதெல்லாம் சினிமாவில் பெண்ணியம் நன்கு விற்கிறது. இது சாதாரண மாற்றமல்ல. கடந்த 50, 60 வருடங்களில் பெண் படிக்க என வீட்டை விட்டு வெளியே வேலைக்கு வந்து, எல்லாத்

துறைகளிலும் சாதிப்பது என்று வளர்ந்து வருவதன் தொடர்ச்சி.

அதே தொடர்ச்சி - மீடியா, பத்திரிகை என்று பெண்கள் எங்கெங்கும் கால் பதித்து, முத்திரை பதித்து, இப்போது சினிமாக்களிலும் மாற்றங்களை உருவாக்குகிறது.

தற்போது தனிக் குடும்பங்களின் நிலை:

எனது சிறு வயதிலிருந்து வித வித தனிக் குடும்பத்தினரைப் பார்த்து வந்திருக்கிறேன். அவர்கள் பிரியாமல் வாழ்வதற்கு, அவர்களின் அந்தந்த வாழ்முறை ஒரு காரணமாக இருந்திருக்கிறது. இப்போதும் இருந்து வருகிறது.

சில கணவன் மனைவி தினம் சந்திப்பவர்களாக வாழ்வதுதான் அவர்களுக்கு நன்மையாக இருக்கிறது; தினம் பத்து முறை பேசிக் கொள்வார்கள்; ஒருநாள் கூட விட்டுப் பிரியாமல் இருப்பார்கள். சிலர் - அவரவர் வேலையின் காரணமாக, வாரம் ஒரு முறை சந்தித்துக் கொள்பவர்களாக இருப்பார்கள்; சிலர் மாதமொருமுறை, சிலர் வருடம் ஒருமுறை, வெளிநாட்டில் வேலை பார்ப்பதன் காரணமாக - சிலரோ சில வருடங்களுக்கு ஒருமுறைதான் சந்தித்துக் கொள்பவர்களாக இருக்கிறார்கள்.

அவர்கள் அப்படி இருப்பதுதான், அவர்களின் நீடித்த உறவிற்குக் காரணமாக இருக்கிறது.

பிரிய நேரும் தருவாயில் இருக்கும் சில குடும்பங்களுக்குக் கூட இப்படி தற்காலிக பிரிவைத் தரும் வாழ்க்கை முறை, எப்போதும் பிரியாமலிருக்கும் வாய்ப்பைக் கொடுக்கும்.

உதிரிக் குடும்பம்:

குடும்பம் உடைவதும் தனித்தனி மனிதர்களாக உதிரிகளாக வாழ்வதும் சகிப்புத்தன்மை இன்மை காரணமாக என்று ஒரு கற்பிதம் நிலவுகிறது. இதை நான் ஒப்புக் கொள்ள மாட்டேன். ஏனென்றால், பிரிந்ததற்கப்புறம் அவர்கள் சகித்துக் கொள்ள வேண்டி இருப்பவை இன்னும் ஏராளம்.

ஒரு தலைவன் இல்லாத வீட்டில் எத்தனை சக உறவினர்களின் தலையீடு எந்தளவு இருக்கும் என்பது தலைவன் இல்லாத குடும்பத்தில் வாழ்ந்து பார்த்தவர்கள் அறிவார்கள்; அதே தான் அல்லது அதைவிட, ஒரு குடும்பம் உடைந்து தனி உதிரிக் குடும்பமாக அவர்கள் ஆகும்போது, சக மனிதர்களிடம் அவ்வளவு விளக்கங்களும் அவ்வளவு அவர்களை சார்ந்திருக்க கூடிய

விஷயங்களுக்கான பொறுமையும் சகிப்புத்தன்மையும் அதிகமாக தேவைப்படுகின்றது.

ஒற்றைப் பெற்றோர்கள், வீடு கிடைப்பதிலிருந்து பலவகை சிரமங்களை அனுபவிக்க வேண்டி இருக்கிறது; அலுவலகம், கடைகள், டூவீலர் கார் ரிப்பேர் செய்யும் மெக்கானிக் ஷெட்'கள், ஹோட்டெல் என எங்கு எதற்காக வெளியே சென்றாலும் சரி, பார்க்கும் பார்வையும் கவனிப்புமே தனி'தான்.

சொல்ல வேண்டிய கதை:

நான் எனது மிகச் சிறிய வயதிலேயே அப்பாவை இழந்த பிறகு, எனக்கு வாழ்வில் எது கிடைக்கவில்லை என்றாலும், 'அப்பா' இல்லாததையே காரணமாக்கத் தொடங்கினேன்.

அம்மா திட்டினால், அக்கா கோபித்துக்கொண்டால், டீச்சர் மிரட்டினால், சாலையில் பசங்கள் வம்பு பண்ணினால், எனக்கு பாடம் படிக்கச் சலிப்பாக இருந்தால், சக தோழி அலட்டிக் கொண்டால் - இப்படி எதற்கெடுத்தாலும் அப்பா இல்லாததைக் காரணமாக்கிக் கொள்வது என்று இருந்திருக்கிறேன்.

பதின் பருவத்தில் கவிதைகள் எழுதத் தொடங்கி, பதின் பருவ முடிவில் அவை 'கணையாழி' முதல் 'பாக்கெட் நாவல்' வரை வெளியாகத் தொடங்கியபோது, 'பேனா நட்பு' வழியாக அறிமுகமான பெரியாரிச தோழர் ஒருவர் என்னிடம் ஒரு கேள்வி கேட்டார். 'உனக்கு அப்பா இல்லை என்பதால் இவை நடைபெறவில்லை; நீ அப்படி நினைத்துக் கொண்டால் அதற்கு யார் பொறுப்பு? நீ நினைத்துக் கொள்வது போல, வெளிநாட்டில் வாழும் பிள்ளைகள் - அப்பாவுடனோ அல்லது அம்மாவிடம் மட்டுமோ வாழும் - ஒற்றைப் பெற்றோரின் பிள்ளைகள் நினைத்துக் கொண்டால் என்ன ஆவது?' என்று.

நான் எனக்கு அப்பா இல்லை என்பதைக் குறையாக உணராமல், எந்தச் சூழல் அமைந்தாலும் அதில் நான் எப்படி இருக்கிறேன் எனப் பார்க்கத் தொடங்கியது இதற்குப் பிறகுதான்.

பின்னும் அம்மா, அக்காவைப் பிரிந்து, சென்னையில் வேலை செய்த காலம், 'நான் யார், என் இலட்சணம் என்ன, எனது குறை நிறைகள் என்னென்ன, எனது குறைகளுக்கும் நிறைகளுக்கும் யார் பொறுப்பு' என்பதை எல்லாம் தெளிவாக யோசிக்க வைத்தது.

பிறகு பெரியோர்கள் பார்த்து நிச்சயித்து, திருமணமாகி, என்

காலத்தில், மிகக் குறைந்த எண்ணிக்கையே உள்ள 'ஒற்றைப் பெற்றோர்' ஆக நான் ஆகிறேன். அன்றாட வாழ்வில், மற்ற ஒற்றைப் பெற்றோருக்குக் கிடைக்கக் கூடிய குறைந்த அளவு பெரியோரின் ஆதரவு கூட இல்லாமல், பிள்ளையை வளர்க்கும் பேறு பெற்றேன்.

ஓர் உறவில் சம்பந்தப்பட்ட இருவரும் அதன் மரியாதையைப் பேண வேண்டும்; அந்த அடிப்படை நாகரிகத்தை இழக்கும்போது, எல்லாமே அசிங்கப்படுத்தப்படும்.

கணவர் மனைவி / மாமியார் மாமனார் / அம்மா அப்பா / சித்தி சித்தப்பா - கொடுமையையே பேசி, மீதிக் காலம் முழுவதையும் நரகமாக்கிக் கொண்டவர்களைப் பார்த்ததுண்டு. கணவன் கொடுமையால் பாதிப்படைந்து, பெற்ற ஒருமாதக் குழந்தையை அடிக்கிற பெண் - அந்தப் பையன் நாளை என்னவாக வளருவான்? பெண்ணைப் பற்றி என்னவாக யோசிப்பான்? பெண்ணை எப்படி நடத்துவான்?

வாழ்வின் இந்த நிலைக்கு நாம் காரணமில்லை என்றாலும், நம்மை நாமே மனச் சமாதானம் செய்து கொண்டு, இதன் விளைவுகளுக்குப் பொறுப்பேற்றுக் கொண்டுதான் ஆக வேண்டியிருக்கிறது.

ஆனால் நிகழ்ந்த அனைத்திற்கும் நம்மையே காரணமாக்கி, ஒரு குற்றவாளியைவிடக் கேவலமாக இந்த சமூகம் நம்மை நடத்தும் விதம் இருக்கிறதே. நாமே நமதின் நிலைக்கு நொந்து நூடுல்ஸ்ஸாகிக் கிடக்கையில், ஆறுதலாக இல்லாவிட்டாலும் பரவாயில்லை; இந்த சமூகம் தன்னை நீதிபதியாக நினைத்துக் கொண்டு, அதற்கு நினைவு வரும்போதெல்லாம் நமக்குத் தண்டனை வழங்குவது இருக்கிறதே. அது கொடுங் கொடுமை.

சொந்தக்காரர்கள் ஒருவகை. திருமணத்திற்குப் பத்திரிகை வைக்கத்தான் வருவார்கள். அந்த உடல் மொழி எப்படி இருக்கும் என்றால், போனால் போகிறது என்று இடக்கையால் பத்திரிகையை எறிந்துவிட்டுப் போவார்கள். இன்னொரு வகையினர், 'நீயே பிஸி பேர்ட். நீ எங்க வரப்போறே?' என்று 'அன்போடு' அழைப்பார்கள்; இதெல்லாம் விளங்காதது போல, இதையும் மீறி, நாம் சென்று நின்றாலோ, நம்முடைய எல்லாக் கதைகளும் தெரிந்தே, 'அவர் வரலையா' என்று கேட்பார்கள்; இன்னும் சிலர் முகூர்த்தம் முடிந்த இடை நேரத்தில் பொழுது போக்க, 'இங்க வா, ஏன்

அவரு விட்டுட்டுப் போனாரு?' என்று கதை கேட்பார்கள்.

கடவுளே, உண்மையில் எனக்கே என் கதை மறந்து போய்க் கொண்டிருக்கிறது. மேலும், நான் நினைவுபடுத்திக் கொள்ளவே விரும்பாத கதை அது. சொன்னாலும் நான் சொல்லும் எதையும் இவர்கள் நம்பப் போவதில்லை; இவர்களுக்கு இது சும்மா டைம்பாஸ். அதற்கு நான் அவல். அப்புறம் அவர்களுக்குள்ளாக என் கதை 'கதை கதையாக'ப் பறக்கும்.

இன்னொன்று, நடந்து முடிந்த ஒன்றை, அது எதுவாகவே இருந்தாலும் கூறாராய்ந்து பார்ப்பது என்பது, //தவளையின் 4 கால்களையும் வெட்டி விட்டால், அதற்கு காது கேட்காது// கதைதான்.

சட்டங்கள் என்பவை நீதி தரும்போது இந்த தவளை கதை மற்றும் குரங்கு அப்பம் பிரித்த கதை இவைதாம் நிகழும்; நல்ல வக்கீல் கிடைத்தால், நமக்குச் சாதகமாக நீதி ஒருவேளை கிடைக்கலாம். அது சாதகமான நீதிதான். அவ்வளவுதான்.

நீதிமன்றத்திற்கே இப்படி என்றால், நம் கதையைக் கேட்கும் ஒவ்வொருவரும் ஒரு தீர்ப்பை வழங்குவார்கள். சிறப்பு அறிவுரை தருவார்கள். இதில் ஆண் பெண் பேதமில்லை.

இதற்கெல்லாம் துயருற ஆரம்பித்தால், இழப்பு நமக்குதான்; எதிர்கால பாதிப்பு பிள்ளைக்குத்தான். பிள்ளைக்கு நாம் என்ன தர வேண்டும்; பிள்ளை நம்மை என்னவாக உணர வேண்டும் என்கிற இடத்திலிருந்து தொடங்கினால், பார்ட்னரை பிள்ளையின் அம்மா / அப்பாவாகப் பார்க்கத் தொடங்கி, தர வேண்டிய மரியாதையைத் தருவோம்.

ஒவ்வொருவரும் தத்தமது பாதிப்பை எவ்வாறு எதிர்கொண்டு வெளிவருகிறோம் என்பதுதான் செய்தி.

ஃ

மனதளவில் எந்தளவு துன்பமிருந்தாலும், வேலை வேலை வேலை மட்டுமே எனது வாழ்வில் மிக முக்கியம் என்று இருந்த நாட்கள் அவை. உண்மைதான். இன்று வரை எனது வேலைதான் எனக்கும் மகளுக்குமான வாழ்வாதாரம்.

அப்போது புரசைவாக்கத்தில் குடியிருந்தோம்; மகளுக்கு 2 வயது (2007). கங்காதீசுவரர் ஆலயத்தில், ஈஷா மையத்தின் மூன்றுநாள் தியான முகாம் போட்டிருந்தார்கள். மனவுளைச்சல்கள் காரணமாக,

தியானம் எதுவும் போகலாமா என்று அங்கு விசாரித்தால், குழந்தையைக் கூட்டி வரக் கூடாது என்றார்கள். 'இல்லை, எனது மகள் சங்கடங்கள் தரமாட்டார். நான் சொன்னால் கேட்டுக் கொள்வார்' என்றெல்லாம் சொல்லிப் பார்த்தும் அவர்கள் ஏற்கவில்லை. விட்டுவிட்டேன்.

பிறகு நாலைந்து வருடங்கள் கழித்து இதே போன்றுதான் விபாசனா மையத்திலும் வாக்குவாதம் ஏற்பட்டது. அவரவருக்கு அவரவர் நியாயம் இருக்கும்தான். ஆனால், பிள்ளைகளைப் பார்த்துக் கொள்ள ஆள் அம்பு சேணை எல்லாம் இருந்து, உண்பதற்கும் உடுப்பதற்கும் வாழ்வதற்கும் கவலை இல்லாதவர்கள் வருகிற இடமா தியான மையங்கள்? வாழ்வின் மையத்தில் சுழன்றடிக்கும் சூறாவளியில் எதைப் பற்றினால் நிம்மதியாக வாழலாம் எனும் அலைக்கழிப்பில் இருப்பவர்கள், மன அமைதிக்கு என்ன செய்வதாம்? எங்கு செல்வதாம்? வாழ்வின் எல்லாத் துன்பங்களும் தானாகவே சரியாகிவிட்ட பிறகு அல்லது நமது தன் முயற்சியால் சரியாக்கிக் கொண்ட பிறகு அவர்கள் எதற்கு?

ஃ

எனக்கு இப்படி வாழ்வில் சில சமயம் நடக்கும்; நான்பாட்டிற்கு 'நானுண்டு, என் வேலையுண்டு' என்று இருப்பேன். காலம், நேரம் 'ஒரு காட்டு' காட்டி ஏளனம் செய்துவிட்டுப் போகும்.

2011 கணவரிடமிருந்து நோட்டீஸ் வந்த சமயம். அப்போதிருந்த வீட்டில், டூவீலரை நிறுத்துவதற்கான இட வசதி கிடையாது. சாலையிலேயேதான் நிறுத்த வேண்டும். ஹௌஸ் ஓனர் தங்களது காரை ஏற்றி நிறுத்துவதற்கு,சாலையிலிருந்து கார் ஷெட்' வரை ஒரு சரிவை ஏற்படுத்தி இருப்பார்கள். அதில்தான் டூவீலரை நிறுத்த வேண்டும். அதில் ஏற்றி நிறுத்த நமது முழு பலத்தையும் தர வேண்டும். அப்படி மூச்சைப் பிடித்து ஏற்றி நிறுத்திக் கொண்டிருக்கையில், சாலை வழி சென்ற ஓர் அம்மா, 'நாளைக்கு '.... பண்டிகைக்கு லீவா' என்று கேட்டார். நான் விழித்து, தெரியவில்லை என்றேன். 'இது கூடத் தெரியலை, நீயெல்லாம் ஆஃபிஸ் போற' என்று நொடித்தபடி போனார். சிலர் இப்படித் தேடி வந்து சில அவமானங்களைத் தந்துவிட்டுப் போவார்கள். அது கொஞ்சமோ, நிறையவோ...

ஃ

அதே கால கட்டம். சாஹித்ய அகாதெமியில் இருந்து யுவபுரஸ்கார் சபையில் பேச என்று அழைப்பு வந்தது. நான் எனது மகளை எங்கும் விட்டு வர முடியாது; பார்த்துக்கொள்ள யாருமில்லை. அவர் அமைதியான பிள்ளை; அவருக்கான போக்குவரத்து மற்றும் தங்கும் செலவுகளை நான் பார்த்துக்கொள்வேன் என்று சொல்லி, மகளை அழைத்து வரவும் சபையில் அமர்ந்து கொள்ளவும் மட்டும் அனுமதி வேண்டினேன். லைன் உடனே கட்' ஆனது. பிறகு திரும்பவும் அழைப்பு. முந்தைய அழைப்பிலேயே என் வயது, எந்த ஊர், என்னென்ன இலக்கிய சேவைகள் இதுவரை ஆற்றியிருக்கிறேன் என எல்லாமே கேட்டார்கள்தாம். இப்போது என்ன சொன்னார்கள் என்றால், எனக்கு அங்கு பேசுவதற்கான வயது தாண்டி விட்டது என்றார்கள். சொன்னது மட்டுமில்லாமல், எனக்கு பதிலாக அழைக்க இருப்பவரது பெயரைச் சொன்னார்கள். அவர் நிச்சயம் என்னை விட ஓரிரண்டு வயது மூத்தவர். எனக்குப் புரிந்தது, பிள்ளையோடு வருவதற்கான மறுப்பு அது என்று.

2016 என்றுதான் ஞாபகம். மறைந்த பெரும் கவிஞரின் பெயரில் அமைக்கப்பட்டுள்ள விருதுக் குழுவின் தலைமைப் பொறுப்பிலுள்ளவர் அழைத்தார். எனது புத்தகங்களை, தான் விருதிற்கு பரிந்துரைக்க இருப்பதாகக் கூறினார். 'நான் விருதிற்கு புத்தகங்களை அனுப்பவே இல்லையே' என்றதற்கு, 'ஆம்; உங்களது புத்தகங்களைத் தாருங்கள்; ஆஸ்கார் விருதின் நாமினேஷனுக்கு வந்தாலே அவை ஆஸ்கர் விருதின் தகுதி பெற்ற சினிமாதான்; அப்படித்தான் இந்த விருதின் நாமினேஷனுக்கு வரும் புத்தகங்களும், விருதிற்கான தகுதி பெற்றவை' என்று எனது புத்தகங்களைக் கேட்டு வாங்கினார். அவர் அளித்த விளக்கம் வித்தியாசமாக ஏற்புடையதாக இருந்தது. ஆனால், விருதேதும் கிடைக்கவில்லை.

இது அவர்களுக்கு வழக்கம்தான்; மூன்றில் ஒன்று பெண் எழுத்தாக இருக்க வேண்டுமென கேட்டு வாங்க வேண்டியது; ஆனால், ஏற்கெனவே தேர்ந்தெடுக்கப்பட்டவருக்கு விருதளிக்க வேண்டியது என்று அவர்கள் இருப்பதைப் பின்னால்தான் அறிந்துகொண்டேன்.

இதெல்லாம் விடுவோம். 'ஆணாதிக்க மையம்' இப்படித்தான் இருக்கும். ஆனால், பெண்ணிய இலக்கியவாதிகளின் தாய்மடி. அங்குமே இப்படியானது. அங்கு அந்த வருட விருதைப் பெற எனது பெயர் நடுவர்களால் பரிந்துரைக்கப்பட்டிருக்கிறது; இலக்கியத்தால்

பிருந்தா சேது

இத்தனை வருடங்களாக பெண்ணியத்தைக் காத்தவரோ, 'அவளா, அவளுக்குக் கொடுத்தால், பிள்ளையையும் கூட்டிக் கொண்டு வருவாளே. இரட்டைச் செலவாச்சே' என்றிருக்கிறார். சரியென, குழு அடுத்து இன்னொருவரைப் பரிந்துரைக்க, (உண்மையில் பரிந்துரைக்கப்பட்டவர் என்னைவிடவும் விருதுக்கான தகுதி படைத்தவர்தாம்), பின் நிகழ்ந்ததுதான் வேடிக்கை. எனக்குப் பதிலாக விருதிற்குப் பரிந்துரைக்கப்பட்டவர், தமது கணவரோடுதான் வருவேன் என்று சொல்ல, விருதுக் குழு அவருக்கு எல்லா வசதிகளையும் இரண்டிரண்டாகச் செய்து தந்தது.

உண்மையில், இதுவரை என்னை இலக்கிய விழாக்களுக்கு மற்றுமான எனது சம்பந்தப்பட்ட டூர், ட்ரெக்கிங், திருமணம் போன்ற எந்த நிகழ்வுகளுக்குமேஎன்னை வெளியூர்களுக்கு அழைத்த அனைவருக்குமே தெரியும்; எனது மகளின் செலவுகளை நானேதான் பார்த்துக்கொள்வேன்.

இது குறிப்பிடத் தேவையில்லாத, சாதாரண அடிப்படை விசயம் - எல்லாருமே அவரவர் பிள்ளைகளுக்கான செலவை, அவரவர்தான் பார்த்துக்கொள்கிறோம். ஆனால், இங்கு இதைக் குறிப்பிட்டுச் சொல்லக் காரணம், பிள்ளையை உடன் அழைத்து வருவதாலேயே - அவரின் செலவுகளை தாம் கவனிக்க நேருமோ, அவரைப் பார்த்துக்கொள்ளும் பொறுப்பு தனக்கு வந்துவிடுமோ என, தானே தன்னந்ததனியாகப் பிள்ளைகளைக் கவனித்துக் கொள்ள வேண்டிய ஒற்றைப் பெற்றோருக்குக் கிடைக்க வேண்டிய நியாயமான உரிமைகளை,இந்த சமூகம் மறுதலிப்பதைக் கவனப்படுத்தத்தான்.

நான் சாதாரணமாகவே, உள்ளூரில் நடந்த இலக்கிய/ குடும்ப /நட்பு விழாக்களிலும் சரி, சினிமா ப்ரிவ்யூக்களிலும் சரி, சம்பந்தப்பட்டவர்களின் அனுமதியோடேதான் மகளைக் கூட்டிப் போவேன். போலவே, மகளுக்கு சலிப்பு தட்டும் ஒரு விநாடி கூடத் தாமதிக்காமல் கிளம்பிவிடுவேன்.

மகளின் தந்தையே தனது கடமையையும் பொறுப்பையும் தட்டிக் கழித்துச் சென்ற பிறகு, இந்தச் சமூகத்தில் யாரிடமும் நான் எதை எதிர்பார்க்கவும் என்ன நியாயம் இருக்கிறது? இது எனது தனிப்பட்ட கருத்து.

ஆனால், பிள்ளையோடு என்னைப் பார்க்கும் சமுதாயம், ஏன்

எனது கணவரை அப்படிப் பார்க்கவில்லை? இது என்ன, நான் பொறுப்பாக இருப்பதற்குத் தண்டனையா?

வேலைக்கு வரும் ஒவ்வொரு பெண்ணிற்கும் பிள்ளைப்பேறு விடுமுறையை சம்பளத்துடன் கொடுக்க யோசிக்கும் அரசு, ஒருவருக்கு எத்தனை பிள்ளைகளோ அவ்வளவு சம்பளம் என - ஏன் சம்பந்தப்பட்ட கணவரின் சம்பளத்தைப் பிடித்து வைத்துக்கொள்ளக் கூடாது?

அம்மாகாரி வேலைக்குப் போகிறாள் அல்லது போகவில்லை - பெற்ற தகப்பனுடைய பங்கு - பிள்ளை வளர்ப்பு பணமும் பிள்ளையை வளர்த்துவதற்கான பொறுப்பும் விவாகரத்தாகிற தம்பதியினரின் பிள்ளைக்குத் தாமாகவே பெற்றுத் தரும்படி ஏன் நமது சட்டங்கள் இல்லை?

பிள்ளைகளை வளர்த்து, வீட்டையும் நிர்வகித்து, வேலைக்கும் போய்க் கொண்டு இலக்கியக் கூட்டங்களுக்கும் போனபடி, தீவிரமாக எழுதியும் வாசித்துக் கொண்டும் இலக்கியம் வளர்த்த ஒற்றைப் பெற்றோர்களின் கதை இதுதான், இப்படித்தான்.

ஃஇரண்டு தாத்தா, பாட்டி, ஒரு அப்பா அம்மா, குறைந்தபட்ச அண்ணன், தம்பி, அக்காள், தங்கைகளுடன் வளர்த்தப்படும் குழந்தைதான் சிறப்பான குழந்தை என்கிற பிம்ப உணர்வு பொதுவாகக் காணப்படுகிறது.

சொந்த ஊரை விட்டு, வேலைக்காக என வேற்று ஊர் சென்ற ஒவ்வொருவரும் தனிக் குடும்பம் ஆகியபோதே இந்த பிம்பம் காலாவதியாகி வருடக் கணக்காகிறது.

தனிக் குடும்பத்தை ஏற்றுக் கொள்கிற பலரால், உதிரிக் குடும்பத்தை ஏற்க முடிவதில்லை; புரிய முடிவதில்லை. எப்போதும் தொடர்ந்து பரிசோதனை எலி மாதிரியே பார்க்கிறார்கள்.

எது வரமோ, அதுவே சாபம்; எது சாபமோ அதுவே வரம். அல்லது வாழ்வில் எது எப்படி நடந்தாலும், என்ன ஆனாலும் அதை நமக்கு ஏற்றதாக வளைத்து, மேலேறி வருவதே சிறப்பு.

பல உறுப்பினர்கள் இருக்கும் குடும்பத்தின் பெரிய பலவீனம், குழந்தையினது ஒரு நியாயமான வேண்டுதலைக் கூட எல்லோரும் ஒவ்வொருவராகக் கூறாய்வார்கள். குழந்தை வளர்ப்பில் எல்லோரின் தலையீடும் இருக்கும்.

'too many cooks spoil the food'

பிருந்தா சேது

என்றுதான் பல சமயம் அமையும். இதை மறுப்பதற்கில்லை.

மேலும், தன்னை உணர்தல் என்பதுதான், பிறரை உணர்வதற்கான முதல் படி. இதை இன்னும் இன்னும் சிறப்பாக, யாருடைய தலையீடும் இல்லாமல், எனது மகளுக்குத் தரத் துவங்கினேன். இது சுலபமில்லை. தனித்த இந்தப் பயணத்தில் எத்தனையோ மருட்சியான இருண்மையான பாதைகளைக் கடந்துதான் இந்த இடத்தை வந்து அடைந்திருக்கிறேன். இன்னும் பயணம் முடிந்து விடவில்லை.

பதின் பருவத்தில் தன்னைத் தான் கண்டுணர்வது, தனக்கு உடலில் என்னென்ன மாற்றங்கள் ஏன் ஏற்படுகிறது என்பது புரியாமல் கடக்க நேர்கையில், பலரும் பலவிதமான அறிவுரைகள் வழங்க அதில் எதை ஏற்பது என்பது புரியாமல் தடுமாறுவதை விட, தன்னை அமைதியாகக் கண்டுணர்வது நல்லது.

இதே பதின் பருவம் இரண்டாவது முறை நமது நாற்பதுகளில் நிகழ்கிறது. இதுவும் அப்படித்தான். இத்தனை நாள் நாம் அறிந்த உடலில்லை இது. நமது உடல் நமதேயில்லை என வேறாக மாற்றம் காட்டுவது. எதுவெல்லாம் சரியோ, அதுவெல்லாம் தவறாகும். எது எல்லாம் தவறோ அது சரி கூட ஆகலாம்.

இப்போது நானும் மகளும் எங்களது இரு வகையான பதின் பருவத்தைக் கடந்து வந்து கொண்டிருக்கிறோம்.

அக்கறையில்தான், 'உனக்கேன் இன்னும் ஒரு பார்ட்னரைத் தேடிக் கொள்ளக் கூடாது?' என கேட்கின்றனர்; ஆதுரப்படுகின்றனர். குடும்பத்தில், பார்ட்னரோடு வாழ்கிறவர்கள் எல்லோரும் நிறைவோடு வாழ்வதான பிம்பம் என் மேல் வெவ்வேறு வகையில் திணிக்கப்படுகிறது.

யாரும், யாரைப் பற்றிய அந்தரங்கமான கேள்விகளை முன் வைப்பதற்கு முன் யோசிக்க மாட்டார்களா? நிஜமான அக்கறை என்பது அந்தரங்கத் தகவல்களைத் துருவி விசாரித்து அறியுமா? அறிந்து என்ன செய்யப் போகிறார்கள்?

அடுத்த மனிதரின் இடத்தில், அவர்களின் நிலையில் தன்னை வைத்து யோசிக்க மாட்டார்களா? அல்லது துன்பப்படுத்தத்தான் கேட்கிறார்கள் என்றால் இது என்ன வகையான நோய்மை?

தன் தெரிவாக பெரியாரிச கொள்கைப்படி வாழ்பவர், தானே தெரிவு செய்த துணையுடன் காதல் மணம் புரிந்து வாழ்பவர்,

தன் வாழும் காலம் முழுவதும் எப்படி தன் உறவினர்களுக்கு பதில் சொல்லிக்கொண்டே, சடங்குகளைப் பின்பற்றாது இருக்கப் போராடிக் கொண்டே இருக்க வேண்டி இருக்கிறதோ,

அதைவிடப் பன் மடங்காக, 'எமது தேர்வு இது இல்லை' என்றாலும், வாழ்க்கைச் சுழன்றடித்து எமக்குத் தந்த 'ஒற்றைப் பெற்றோர்' பிரச்சினைகளை எதிர்கொள்ள வேண்டி இருக்கிறது; எமக்குப் பிள்ளைகளாகப் பிறந்ததற்காகப் பிள்ளைகளும் அதைவிடக் கூடுதலான பிரச்சினைகளை அனுபவிக்க வேண்டியுள்ளது.

மனத்துன்பம் தரும் நினைவுகளில் இருந்து போராடி வெளியே வந்தால், இவர்கள் அவற்றைக் கேள்விகளாக நினைவுறுத்திக் கொண்டே இருக்கிறார்கள். ஆண்கள் ஒருவகை என்றால், பெண்களது இன்னும் நுணுக்கமான வேறு வகை.

இவர்களுக்கு இதன் சுதந்திரம் உறுத்துகிறது; தனக்கில்லையே என ஏங்குகிறார்கள்; ஆனால் இதன் பொறுப்புகள் பிடிக்கவில்லை; இரட்டை வேலைச்சுமைகள் பிடிக்கவில்லை; முக்கியமாய் வேலைக்குப் போக வேண்டும், அது பிடிக்கவே பிடிக்காது; தனக்குப் பிடிக்காத முடிவுகளைச் சொல்ல 'அவர் திட்டுவார்' என்று தன் விருப்ப/ விருப்பமின்மைகளைச் சுமக்க, 'பழிபோட' ஓர் அப்பாவி வேண்டும், அது இதில் இல்லை. அன்றாடத்தின் சிறிய விசயங்களுக்கும் வாழ்வைச் சுழன்றடிக்கும் பெரிய விசயங்களுக்கும் தானே முடிவெடுத்தாக வேண்டும்; தன் முடிவுகளுக்குத் தாமே பொறுப்பேற்க வேண்டும்; இவை எல்லாம் எப்படி இவர்களால் முடியும்?

நாம் எப்போதும் சோகத்திலேயே இருந்தால் இவர்களுக்குப் பிரச்சினை இல்லை; நன்றாக ஆறுதல் சொல்வார்கள், அன்போடு உதவக்கூடச் செய்வார்கள்.

ஆனால், நாம் சிரிப்பது, உற்சாகமாக இருப்பது, யாருக்கும் பதில் சொல்லத் தேவை இல்லாது இருப்பது - அப்படி இவர்களாக நினைத்துக் கொள்கிறார்கள்; பாருங்கள், இவர்களுக்கு பதில் சொல்லத்தானே இந்த நீளமான பதிவையேநாம் எழுத வேண்டி இருக்கிறது...

ஏற்கெனவே நான், ஒரு பிரச்சனையில் இருந்து இன்னுமே வெளிவராத நிலையில், வெளி வந்தாலும் அதன் விளைவுகளை

இன்னும் அனுபவித்துத் தீர வேண்டிய நிலையில், இன்னொன்று என்பதைப் பற்றி யோசிக்கக் கூட, மகிழ்வாக இல்லை. அது ஒருவேளை மனதிற்குப் பிடித்தமானதாக, இனிமையானதாக வருவது விதியானால், வரும்போது வரட்டும் எதிர்கொள்வேன்.

நிஜத்தில், ஒருவரின் பிரச்சனைக்கான தீர்வை இன்னொருவர் யாரும் தந்து விடவே முடியாது; பல சமயம் அது இன்னொரு பிரச்சனையில்தான் முடியும். சிலருக்குத் தீர்வாக அமைவது, எல்லோருக்கும் தீர்வாக அமையாது. அவரவர் பிரச்சனையை அவரவர்தான் கடந்து வர முடியும். பிரச்சனைகளைத் தீர்ப்பதாக நாமாக வேண்டுமானால் நினைத்துக் கொள்ளலாம். அது அந்தந்த நேரத்துச் சமாளிப்புகளே தவிர, தீர்வுகள் அல்ல. இது வாழ்வில் நீண்ட காலப் பரிமாணத்தில்தான் புரிந்து கொள்ளப்படும்.

அடுத்து இன்னொன்று, குழந்தை வளர்ப்பினைச் சமூகம் பார்க்கிற பார்வை. அது எல்லா வகைக் குடும்பங்களையும் ஒப்பிட்டு 'இதுதான் சூப்பர்' என்று ஒன்றை வரையறுக்கும். அதற்காக மற்றது எல்லாம் 'பழுது' என்று அர்த்தமில்லை. எல்லாக் குழந்தைகளுக்கும் உலகம் நம்பும் சிறப்பான வாழ்க்கை அமைவதில்லை. இதில் யாரையும் காரணமாக்கிக் குற்றப்படுத்துவதில் எந்த அர்த்தமும் இல்லை. ஒரே வகையான குடும்பங்கள் அமைந்த குழந்தைகளை ஒப்பிடுவதே கூட சரியில்லை எனும்போது, எல்லா வகைக் குடும்பங்களையும் ஒப்பிடும் இந்தச் சமூகம். குழந்தை வளர்ப்பு என்பது 'ஹெச்டூஓ ஃபார்முலா' கிடையாது; 'பிஸ்கெட் மேக்கிங்' கிடையாது; இத்தனை இணைந்து இவை வந்தால், இது வரும் என்பதற்கு. அப்படியானால், கூட்டுக் குடும்ப வாழ்முறைகளில் எத்தனை சிறப்பான மனிதர்கள் இதுவரை வெளி வந்துள்ளார்கள்? இல்லை, தனிக் குடும்பத்திலிருந்து அதைவிடச் சிறப்பாக யார் வெளிப்பட்டிருக்கிறார்கள்?

இது வாழ்க்கை. போட்டியில்லை. அப்படி, அவர்கள் எல்லாரையும் போன்ற வாழ்க்கை கிடைக்காததற்கு நானோ, மகளோ குற்றவாளியில்லை. எங்களுக்கு எமது வாழ்க்கை தந்த கால்களால் தாம் ஓடிக் கொண்டிருக்கிறோம். வெற்றி பெறுவது எமது நோக்கம் இல்லை. இலக்கை அடைவதும் இல்லை. யாரிடமும் 'பேர்' வாங்குவதும் இல்லை.

வாழ்க்கை என்பது, வாழ்வது.

ஃ

நிறைய படிக்கிற பெண்கள், வாசிக்கிற பெண்கள், தனது தேவைகளைத் தானே கவனித்துக் கொள்ள வேலைக்குப் போகிற பெண்கள், எழுதுகிற பெண்கள், சிந்திக்கிற பெண்கள், அறிவான பெண்கள், பெண்ணியம் பேசுகிற பெண்கள், வெவ்வேறு துறைகளில் சாதிக்கிற பெண்கள் - ஏன் தனியாக வாழ்கிறார்கள்; அவர்களால் சக மனிதர்களுடன் ஒத்துப்போக முடியாது என்கிற இன்னொரு பிற்போக்குத்தனமாகக் கட்டமைக்கப்பட்ட பிம்பம் ஒன்று உண்டு.

குடும்ப அமைப்பை விட்டு வெளிவந்தவர்கள் ஒரு பத்து சதவீதம் இருப்பார்களா? மற்ற 90 சதவீதப் பெண்கள் குடும்பம் என்கிற பிரமாதமான அமைப்பில் இருந்துகொண்டு இத்தனை காலம் ஏன் சாதிக்கவில்லை? நியாயமாக அதுதானே கேட்கப்பட வேண்டிய கேள்வி? குடும்ப அமைப்பின் பெண்கள், நிதம் சோறு சமைத்துச் சாகிறவர்களாகத்தானே இருக்கிறார்கள்? வேறு என்ன மேன்மையை அவர்களுக்கு இதுவரை இந்த குடும்ப அமைப்பு கொடுத்திருக்கிறது? எந்த அடையாளமுமற்ற வெறும் எண்ணிக்கையாக செத்துப்போனதாகத்தானே வரலாறு இருக்கிறது.

ஒவ்வொருவர் பிறப்பிற்கும் இந்த மிகச் சிறிய வாழ்வில் ஓர் அர்த்தமிருக்கிறது. அதைக் கண்டடைவதுதான் இயல்பு. அதைத் தேடி, அடைவது அந்தந்த உயிரின் பொறுப்பு. அதற்கான திசையில் பயணிக்க ஒவ்வொரு உயிருக்கும் அதற்கான உரிமை இருக்கிறது; அந்த உரிமையைப் பறிப்பது என்பது அந்த உயிரை - உயிரோடு கொஞ்சங் கொஞ்சமாகச் கொல்வதற்குச் சமம். அதை அன்பு, பாசம், நேசம், தோழமை, கொள்கை, பாரம்பரியம் - என எந்தப் பெயரில் செய்தாலும் சரி. அது 'மறைமுகமாக' கொலைதான். இந்த வாழ்வு ஒரே முறைதான். இதை உணர்ந்தவர்கள், யாரையும் தனக்கு அடிபணியச் செய்ய மாட்டார்கள்; யாருக்கும் அடிபணிந்து கிடக்கவும் மாட்டார்கள்.

மாமியார் மருமகள் பிரச்சனைகளிலிருந்து, இப்போது தனிக்குடும்ப கணவன் மனைவி பிரச்சினைகளிலிருந்து, உதிரிக் குடும்ப அம்மா குழந்தைகள், அப்பா குழந்தைகள் பிரச்சனை வரை அடிப்படைக் காரணம் என்ன என்றால், முதலாவது பழமைக்கும் புதுமைக்கும் இருக்கிற பிரச்சனைகள்; அடுத்தது பொறுப்பு உள்ளவர்களுக்கும் பொறுப்பற்றவர்களுக்குமான

பிரச்சனைகள். அவ்வளவுதான்.

நிறைவாக,

இயற்கையின் பார்வையில் 'எதுவுமே சிறுமையில்லை எதுவுமே பெருமையுமில்லை; எல்லாமே இயற்கை' என்பது போலத்தான். மலைகள் கால மாற்றத்தில் பிளவுபடத் தொடங்கி, பாறைகளாகி, அவையும் உடைந்து தூளாகி மண் துகள்களாக ஆவது போலத்தான், இப்போது மனிதர்கள் உதிரிக் குடும்பமாக நிற்பது. துகள்கள் இறுகி மீண்டும் மலையாக நிற்கும். இது ஒரு சுழற்சி. கால அவசியம்.

மனிதர்கள் உதிரிகளான பிறகு, இப்போது ஆணாதிக்கம் பெருமளவு ஒழியத் தொடங்கி, பெண் விடுதலை - பெண் கை ஓங்கி வருவது போல, இனி பெண் தலைமையில் குழுக்கள் உருவாகும். இதுவே நான் நம்புவது.

ஃ

Editor: Mubin Sadhika

அகம்=மனம்=வீடு=வீடு பேறு (a=b; b=c; so, a=c)

வீடு குறித்த எனது சில கவிதைகள்...

1.இரவிலும்
இடையறாது வானம் பார்க்க
ஒரு மொட்டை மாடி வேண்டும்

குறைந்தபட்சம் ஒரு
கூரையில்லாத வீடாவது
ஃ

(மழை பற்றிய பகிர்தல்கள் 1999 பூங்குயில் பதிப்பக வெளியீடு)

2.வீடு
நடக்கும் திசையெல்லாம்
முட்ட நேர்கிற சுவர்கள்
சிலைபோலென்னை
இறுக்குகிற சுவர்கள்
நானொரு சமாதியுள்
நிறுத்தி வைக்கப்பட்டு
ஃ

(வீடு முழுக்க வானம் 2009 காலச்சுவடு பதிப்பக வெளியீடு)

3.தங்க அரளிப் பூக்களை முகவரியாகக் கொண்டவள்
வார இறுதி நாட்களில்
வீடு செல்லும் இரயில்களை எல்லாம்
தவற விடுகிறாள் ஒருத்தி
நத்தைபோல் தனது குடும்பத்தை எப்போதும்
முதுகிலே சுமந்து திரிகிறாள் இன்னொருத்தி
பறவையாக பகலெல்லாம்
மரமாக இரவெல்லாம்
மாறிக் கொண்டே இருக்கிறாள் மற்றுமொருத்தி
மலர் மூடிய வண்டாகத்
தன்னைத் தான் கண்டடையவே
வருடங்களாகக் காத்திருக்கிறாள் இன்னுமொருத்தி
தங்க அரளிப் பூக்களைத்
தன் முகவரியாகக் கொண்டவள்
இலையுதிர் காலத்தில்
எப்படி வீடடைகிறாள்
என்கிற சந்தேகம் எல்லார்க்குமானது
ஃ

(நீயுறை மனது 2023 சால்ட் பதிப்பக வெளியீடு)

வீடென்பது தோற்றமா தன்மையா மனிதர்களா மனநிலையா என்று பார்த்தால், தோற்றமும்தான்; தன்மையும்தான்; மனிதர்களும்தான்; மனநிலையும்தான்.

சில வீடுகளில் சுவர் முனைகளைக் கூராக முடியும்படிக் கட்டியிருப்பார்கள். அதைப் பார்க்கும்போதே எம்ஜிஆர்/ ஜெய்சங்கர்/ரஜினி படங்களில் இறுக்கி கொல்ல வரும் சுவர்களில் பொருந்திய ஈட்டிகளின் கூர் முனைகள் போலத் தோன்றும்.

இன்னும் சிலவை, பார்த்தாலே உதறலெடுக்க வைக்கும் மாளிகை போன்ற வீடுகள். ஆனால், அந்த வீட்டின் அன்பான மனிதர்களால் அவை மனதிற்கு இனிய இடமாகின. சில வெதுவெதுப்பான தன்மையைத் தந்த வீடுகளோ, அவ்வீட்டு மனிதர்களால் அந்நியமாயின.

மதுரை மேலூரில் எங்கள் வீடு குறித்த விவரணைகளை 'கதவு திறந்ததும் கடல்' (2022, ஹெர்ஸ்டோரீஸ் வெளியீடு) புத்தகத்தில் சொல்லியிருப்பேன்.

கோட்டை போன்ற வீடு. கருங்கற்கள் கொண்டு, பூசுவதற்கான கலவையில் இயற்கை சார் பொருட்களைக் கலந்து கட்டியிருப்பார்கள். அந்த வீட்டின் சுவர் முனைகள் மென்மையாக முடிந்திருக்கும். அந்த வீட்டைப் பற்றி நினைத்தாலே ஒரு குளிர் மடியில் அமர்ந்திருப்பது போல, மெத்தென்று இருக்கும்.

அப்பா இறந்த இரண்டாம் வருடம் வீட்டை விற்றுவிட்டு சேலம் வந்தோம். வந்ததும் கிடைத்தது மிகச் சிறிய வீடு. ஓரறைதான். அதன் மூலையில் சிறிய தொட்டி போன்ற அமைப்புதான், குளியலறை மற்றும் பாத்திரம் கழுவும் இடம். கொஞ்சம் தள்ளி அடுப்பு. வீட்டிற்குக் கழிவறை கிடையாது. இரண்டு தெருக்கள் தள்ளி இருந்த பெரியம்மா வீட்டிற்கு செல்வோம். எங்கள் பக்கத்து வீடுகளில் இருந்தவர்கள் விடிகாலையில் 'திருமணி முத்தாறு' கரையோரமாகச் செல்வார்கள்.

சிறுமியான நான் எப்போதும் வயிறு புடைக்கச் சாப்பிடுவேன். சேலம் மாநகராட்சிப் பள்ளி எங்கள் வீட்டிலிருந்து இன்னும் இரண்டு தெருக்கள் தள்ளி, முக்கிய சாலையைக் கடந்தால் இருக்கும். பள்ளி மதிய இடைவேளையில் பெரியம்மாவின் வீட்டுக்கு ஓடோடி வருவேன். என் அக்கா என்னை விட 5 வயது மூத்தவர். மாதவிடாய் காலங்களில் அக்காவும் அம்மாவும் என்னபாடு பட்டிருப்பார்கள் என்பதை மிகவும் உணர்ந்திருக்கிறேன்.

தண்ணீர் எடுக்க நந்தவனத்தின் பொதுக் கிணறு. தண்ணீர் எடுப்பது என்பதே நாளின் மிக முக்கிய வேலையாக இருக்கும். வளர்ந்த பின்பு சென்னையும் வந்த பின்பு இந்தக் குடியிருப்புகளின் தன்மையையும் அவற்றின் அரசியலையும் அறிகிறேன். எத்தனையோ முறை 'கக்கூஸ் இல்லாத வீடு' என ஒரு சிறுகதை எழுத முயன்று தோற்றிருக்கிறேன்.

'நான்' என்பதன் நாடோடித் தனமான வார்ப்பும், நிறைய சம்பாதித்து ஒரு பங்களாவைக் கட்ட வேண்டுமென்கிற எனது அக்கா'வின் வார்ப்பும் - எங்களது மேலூர் வீட்டை இழந்ததிலிருந்தும், மிகச் சிறிய காலமே வாழ நேர்ந்தாலும், ஒரு கக்கூஸ் இல்லாத வீட்டில் வாழ நிர்ப்பந்திக்கப்பட்டிருந்ததின் நடைமுறைச் சிக்கல்களுமே உருவாக்கி இருக்க வேண்டும் என

இப்போது எண்ணத் தோன்றுகிறது.

பிறகு நாங்கள் குடிபோனது, பங்களா தெருவில் ஒரு லைன்வீடு. ட'னவை பக்கவாட்டில் திருப்பிப் போட்டதன் கிளைப்பகுதியில் ஒரு வீடு; அதனருகே எங்கள் வீடு; வீட்டை ஒட்டி ஒரு கிணறு. அப்புறம் பூவாக்கா மாமா வீடு. அதே வரிசையில் இன்னும் ஒரு வீடு. ட'னவின் முடிவில் நான்கு குடித்தனத்திற்கும் சேர்த்து ஒரு கழிவறை.

நீண்ட நடை பாதையில் கழிவு நீர் செல்ல சிறிய சாக்கடை ஓடும். அதன் மீது அங்கங்கே சிமெண்ட் திட்டால் மூடியிருப்பார்கள். அந்த திட்டுதான் எல்லாருக்கும் கதைபேசும் இடம்; பிள்ளைகளுக்கு விளையாடும் இடம்; படிக்கும் இடம் எல்லாமே.

முந்தைய வீட்டின் கழிவறைப் பிரச்சினைகளும் இல்லை; புழங்குவதற்கான தண்ணீரும் அருகிலேயே. மற்ற எல்லா வகையிலுமேகூட மிக மகிழ்வான காலம் அது. பூவாக்கா மாமா டிவி டெக் வாடகைக்கு விடும் ரிப்பேர் செய்யும் கடை வைத்திருந்தார். நிறைய நிறைய சினிமாக்கள், உலகளாவிய படங்கள், நிறைய நிறைய தடவைகள் பார்க்க முடிந்த காலமாக இது இருந்தது. அப்புறம் அவர்கள் வீட்டின் குட்டிப் பாப்பா. நான் அவர்கள் வீட்டிலேயேதான் குடியிருந்தேன்.

பொழுதுபோக்கு விசயங்களைச் செய்தால், படிப்பில் நாட்டம் இருக்காது என்பதான கற்பிதம் உண்டு; நிஜத்தில், நமக்குப் பிடித்தவற்றை எந்தளவு செய்கிறோமோ, அதே அளவு தீவிரம் நம் செயல்பாடுகள் எல்லாவற்றிலும் நமக்கு வந்துவிடும். அப்படித்தான் இந்தக் காலக்கட்டத்தில், படிப்பிலும் விளையாட்டுகளிலும் சிறந்து விளங்கினேன்.

சின்ன வயதிலிருந்தே உடம்பு முடியாமல் காய்ச்சலில் படுத்தால், முதல் ரேங்க் வாங்கினால், அம்மா நான் கேட்கும் புத்தகங்கள் வாங்கித் தருவார். அது அம்புலி மாமா, கோகுலம், பூந்தளிரின் காலம்.

எட்டாவது படிக்கையில், நானே ஒரு மாயாஜால தொடர் கதை எழுதி, வாரம் ஒருநாள் கூடப் படிக்கும் பிள்ளைகளுக்குச் சொல்லுவேன்.

பிறகு மிகச் சில காலம் தனி வீடு. அதற்கும் பிறகு இன்னொரு லைன் வீடு. இது முந்தையயதை விட கொஞ்சம் பெரியது. தனிக்

கழிவறை. பத்து பனிரெண்டு குடித்தனக்காரர்களுக்கும் சேர்த்து 3 குடி தண்ணீர் குழாய்கள்.

ஒன்பதாவது படிக்கையிலிருந்து கிட்டத்தட்ட ஏழெட்டு வருடங்கள் இந்த வீட்டில்தான் குடியிருந்தோம். எனது படைப்பு காலம் மிளிரத் தொடங்கியது இங்கிருந்து என்று சொல்லலாம். வீட்டின் வாசற்படியில் அமர்ந்தால், நேர் மேலே வானமும் மேகங்களும் அந்தியும் விடியலும் அழகுறப் பார்த்துக் கொண்டே இருக்கலாம்.

வாடகைக்குக் குடியிருப்பவர்கள் வீடுகளெல்லாம் ஒரு வரிசையிலும் வீட்டு உரிமையாளருடைய மற்றும் அவரது சகோதரர்களின் வீடுகள் எதிர் வரிசையிலும் இருக்கும். அவரது அண்ணன் ஒருவர் அப்போது வீடு கட்டி இருக்கவில்லை. அந்த இடம், முன்பிருந்த வீட்டின் இடிந்த மிச்சமும் காலி நிலமுமாயிருந்தது. தனிமையாக அமர்ந்து சிந்திக்க இந்த இடிந்த வீட்டின் திட்டுதான் புகலிடம்.

இந்த காலகட்டத்தில்தான் அக்காவிற்கு திருமணம் நிச்சயமானது. சிறுவயதிலிருந்தே அறிந்த எங்களது அத்தை மகன்தான் அவர். எங்களது வீட்டிற்கு தலைமகன் போன்றவர். எனது வாசிப்பு ஆர்வம் அறிந்து, அவரது நூலக உறுப்பினர் அட்டையை எனக்குத் தந்தார். என்னுலகம் புத்தகங்களால் நிறைந்தது. படிப்பு தபால் மூலம் என்றானபோது, நீண்ட நடை பிறகு புத்தகங்கள் எடுக்க நூலகம் சென்று அப்படியே அக்கா வீடு போய், பிறகு எங்கள் வீட்டிற்கு வருவது புத்தகங்களில் மூழ்குவது என என் பதின் பருவம் கனவுகளாலும் புனைவுகளாலும் நிறைந்திருந்தது.

ஃ

மதுரை மேலூரில், நான் பிறந்த ஓரிரு வருடங்களில் எங்களது வீட்டின் மொட்டைமாடியை உயர்த்தி வீடாக்கினார்கள். ஒரு மொட்டைமாடிக்கு வாழ்வில் அவ்வளவு ஏங்கி இருக்கிறேன். மொட்டை மாடி இருக்கிற காரணத்திற்காகவே நட்புகளின் வீடே கதி என்று இருந்திருக்கிறேன். 'மொட்டைமாடி போகலாமா' என்பதுதான் மனம் பகிர்ந்த பேச்சுகளின் ஆதார சுருதியாக இருந்திருக்கிறது.

நினைவில் தங்கிய பேச்சுகள், பகிர்தல்கள் எல்லாம்

மொட்டைமாடியிலேயே நிகழ்ந்தன. முகம் மோதிய காற்று மனம் அள்ளிப் பறக்க மொட்டை மாடி கொள்ளை கொண்டது.

பின்பு மொட்டைமாடி இருந்த வீட்டிற்குத்தான் வாழ்க்கைப்பட்டேன். ஆனால் அங்கு வானம் வரவேயில்லை. 'வீடு முழுக்க வானம்' என்றெழுதினேன். அது என் இருண்ட காலம்.

அப்புறம் சென்னையில் முதலாக தனிக் குடித்தனம் போன வீடு. பிறகு தனியாக இருந்த வீடுகள், அந்த வீட்டின் உரிமையாளர்களின் தன்மைகள் இவை பற்றி எழுதினால், அதுவே பெருங்கதையாக நீளும். இப்போதிருக்கும் வீட்டிற்கு முந்தைய வீட்டு உரிமையாளர் நடந்துகொண்ட விதங்களைச் சொன்னால், அது மாமியார் மருமகள் கொடுமைகளை எல்லாம் தூக்கிச் சாப்பிட்டுவிடும். வீடென்பது மனிதர்கள் மட்டுமல்ல, மன நிலையும்தான்.

நானும் மகளும் 2011இல் இப்போதிருக்கும் வீட்டிற்குக் குடி வந்தோம். என்னிள வயதிலிருந்து இப்போதுவரை கண்டதிலேயே மிகச் சிறந்த குணமுள்ள வீட்டின் உரிமையாளர் இவர். சிற்சில முரண்கள் உண்டுதான். அவை எளிதில் தீர்க்கக் கூடியவை.

இருபுறமும் மரங்கள் சூழ் பசுங்குகை சாலை; சாலையிலிருந்து சுவர் தாண்டினால் இரயிலோடுவது; வீடருகே வாகன நெரிசல்கள் அற்ற அமைதி என இந்தச் சூழலே மனதிற்கிசைவானது. அப்புறம் வீட்டின் மிகப் பெரிய மொட்டமாடி. பல வேளைகளில் அது எனக்கும் மகளுக்கும் மட்டுமேயானது.

ஃ

எழுதுபவர்கள் - அவர்கள் ஆணோ பெண்ணோ - பொதுவாகக் கட்டுரையாளர்களுக்கும் புனைவு எழுத்தாளர்களுக்கும் கருத்து முரண் ஒன்று உள்ளது; இவர்கள் ஒரே இடத்தில் சுவரை வெறித்துப் பார்த்து எழுதி விடுகிறார்கள் எனக் கட்டுரையாளர்களும், இவர்கள் ஒரே இடத்தில் உட்கார்ந்து 'கூகுள்' செய்து தன்னுழைப்பு இல்லாமல், பலரது கருத்துகளைத் திரட்டி கட்டுரை எழுதுகிறார்கள் என புனைவு எழுத்தாளர்களும், இவர்கள் இருவருமே உடலுழைப்பு

நினைவில் தங்கிய பேச்சுகள், பகிர்தல்கள் எல்லாம் மொட்டைமாடியிலேயே நிகழ்ந்தன. முகம் மோதிய காற்று மனம் அள்ளிப் பறக்க மொட்டை மாடி கொள்ளை கொண்டது. பின்பு மொட்டைமாடி இருந்த வீட்டிற்குத்தான் வாழ்க்கைப்பட்டேன். ஆனால் அங்கு வானம் வரவேயில்லை. 'வீடு முழுக்க வானம்' என்றெழுதினேன். அது என் இருண்ட காலம்.

இல்லாமல் அசையாமல் வியர்வை சிந்தாமல் ஓரிடத்தில் உட்கார்ந்து எழுதுகிறார்கள் என களத்திற்குச் சென்றெழுதும் எழுத்தாளர்களும் - ஒருவர் மற்றவரைப் பற்றிச் சாடுகிறார்கள்.

சிந்தனையாளர்கள், செயல்பாட்டாளர்களுக்கானதைப் போன்றதுதான் இதுவும். இது இன்றைக்கானது, அது தொலைநோக்குடன் என்றைக்குமானது. எந்த வாழ்வையும் வாழ, முதலில் உயிரோடு இருக்க வேண்டும். அந்த இருத்தலை செயல்பாட்டாளர்கள்தாம் உருவாக்கித் தருகிறார்கள்; கவி பாரதி சொல்லிய 'தேடிச் சோறு நிதம் தின்று, வெறும் கூற்றுக்கிரையெனப் பின் மாயும்' வேடிக்கை மனிதர்களாக வீழ்ந்து விடாமல், தன்னறிதலானஅறத்துடன் வாழும் கனவை சிந்தனையாளர்கள்தாம் தருகிறார்கள்.

என்னைப் பொறுத்தவரை, அவரவரால் முடிந்ததை அவரவர் செய்கிறோம்; அதனதன் சிறப்பு அதனதற்கு. அதனதன் அந்தந்த நேரத்து முழுமையைத் தரத் தெரிந்திருக்க வேண்டும். அவ்வளவுதான். 'பெரியோரை வியத்தலும் இலமே ; சிறியோரை இகழ்தல் அதனினும் இலமே' என்கின்ற கணியன் பூங்குன்றனாரின் வழியே எனதும்.

போலவே, வீட்டைப் பற்றித்தான் பெண்களுக்கு எழுத முடியும்; அதைத்தான் எழுதத் தெரியும் என்கிற குறைவானதொரு பார்வை இருக்கிறது. இப்போது எல்லாத் துறைகளிலும் பெண்கள் கால் பதித்து, எதைப் பற்றியும் எழுதும் வல்லமை பெற்றிருக்கிறார்கள் என்றாலும், பெரும்பாலும் பெண் எழுத்தைப் படிக்காமலேயே குறைத்து மதிப்பிடும் போக்கு இன்றளவும் இருந்து வருகிறது.

வானளாவும் பறவைக்குத் தெரியும் 'பறத்தல் என்பது எந்தளவு

வாழ்வின் தேவையோ அதேயளவு முக்கியத்துவம் வாய்ந்ததுதான் கூடு கட்டுவதுவதும்' என்று. ஒரு பறவை தனது கூட்டிற்கான முதல் சுள்ளியைத் தேர்ந்தெடுக்கும் விதமும் அதைக் கிளையில் அமர்த்தப்பாடுபடும் முயற்சியும் பிறகான கூடு கட்டுதலும் - பறத்தலுக்குச் சற்றும் சளைத்ததல்ல.

'ஒரு நாட்டை ஆள வேண்டும்;

சிறிய மீனைச் சமைப்பது மாதிரி'

என்கிற லாவோட் சு' எழுதிய தாவே தே ஜிங்'கின் இந்த வரிகள் எப்போதும் என்னை வழி நடத்துபவை. நாம் செய்யும் செயல்கள் சிறியவையோ, பெரியவையோ, சிறந்தவையோ, சாதாரணமானவையோ, அற்புதமானவையோ, அற்பமானவையோ - அவற்றைச் செய்பவர் நாம் என்பதால் - நமதான கவனமான, விழிப்பான, மனமார்ந்த, நுணுக்கமான, முழுமையான அக்கறையுடன் செய்தல் நலம். நாம் செய்யும் எல்லாவற்றிலும் நாம்தான் வெளிப்படுகிறோம். இன்னொன்று, இவ்வுலகில் ஒன்றின் மடங்குகள்தான் எல்லாமும், பெரிது சிறிது என்று ஏதுமில்லை.

வெளி உலகம் பரந்து விரிந்த மரம் என்றால், வீடு என்பது விதை; விதையும் மரமும் ஒன்றேதானே. பிரபஞ்சவியலில் ஒன்று சொல்வார்கள் 'எது தன்னைச் சுருக்கிக் கொள்கிறதோ, அதுதான் விரிய முடியும்' என்று.

நாம் நம்முள் செல்லச் செல்ல, பிரபஞ்சத்தையே உணர முடிவதாக.

பிரச்சினைகள்

நம் எல்லோருக்கும் ஒரு கனவிருக்கும்; பிரச்சினைகளே இல்லாத ஒருநாள்; கவலைகளே இல்லாத ஒருநாள்; அதை நோக்கித்தான் நாம் நடைபோட்டுக் கொண்டிருப்பதாக நமக்கு ஒரு நினைப்பு. அந்த நாளை அடைந்தவுடன், பிறகெப்போதும் அந்த நாளிலிருந்து சந்தோஷமே சந்தோஷமாகத்தான் இருக்கப் போகிறோம் என்பதாக.

இதோ பள்ளிப்படிப்பு முடிந்தவுடன் எக்ஸாம் டென்ஷன் கிடையாது; கல்லூரி வாழ்க்கை சினிமாவில் போல இளமை கிளுகிளுப்புடன் இருக்கப்போகிறது என்பதாக...

கல்லூரிப் படிப்பு முடிந்து, நல்லதொரு வேலை அமைந்துவிட்டால், இனி சந்தோஷமே சந்தோஷம்தான்...

நமக்கு அமைந்த மங்குனி மேனேஜர் மாற்றலாகிப் போய்விட்டால், இனி நிம்மதியோ நிம்மதிதான்...

கல்யாணம் ஆனதும் அவ்ளோதான் சுபமோ சுபம்!!!

கல்யாணம் ஆகிடுச்சா கேள்விகள் - பிரச்சினைகள்..

பிருந்தா சேது

ஆகிடுச்சு என்றால் மாமியார் பிடுங்கு, மாமனார் பிடுங்கு, கணவன் - மனைவி பிரச்சினைகள், குழந்தை இன்னும் இல்லியா பிரச்சினைகள்

இருந்தால் பிரச்சினைகள், இல்லையென்றால் பிரச்சினைகள்...

வீடு வாங்கிவிட்டால் போதும், பிறகு எப்போதும் விக்ரமன் பட லாலா லா தான்... இப்படி ஏகப்பட்ட கற்பனைகள்.

உண்மையில் நமது பிரச்சினைகள் என்பவை எப்போதும் ஓயப்போவதில்லை; பிரச்சினைகள் இல்லாத வாழ்வே இல்லை. *One fine day* உலகமே மாறிவிடப் போவதில்லை; ஒரு பிரச்சினை முடிந்ததும் (முடிந்ததாக நாம் நினைத்ததும்) அடுத்தொன்று. அல்லது மேலடுக்கின் ஒன்றை தீர்த்த பிறகு அடுத்த அடுக்கு மேலெழ, அடுத்தடுத்த அடுக்குகளென... ஒவ்வொன்றாகத் தீராமல், தீரவே தீராமல் வந்து கொண்டேதான் இருக்கப் போகின்றன.

பிரச்சினைகள் இல்லாத வாழ்வே இல்லை; நாம் பிரச்சினைகளுக்குத் தரும் உருவம்தான் மாறிக்கொண்டிருக்கப் போகிறது. அவற்றோடு நாம் எப்படி சமரசமோ, சமாதானமோ கொள்ளப் போகிறோம் என்பதில்தான் வாழ்வு இருக்கிறது. ஒரு வளர்ப்புப் பிராணியையோ, காட்டு மிருகத்தையோ பழக்குவது போல...

அல்லது

கடல் அலைகள் போல; ஆழ்கடல் போலத்தான். எதுவும். எல்லாமும். நமக்கு எதிலும் எப்போதும் மிதக்கத் தெரிந்தால் போதுமானது. மனதை லேசாக வைக்கத் தெரிந்திருந்தால் போதும். கனத்து மூழ்கிவிடாதிருப்பதில் கவனம் இருந்தால் போதும். அல்லது கடலோடு கடலாக...

பர்மாக்காரி, சப்பைமூக்கு, குட்டையக்கா - இவை எனது 7, 8 வயதிலான பட்டப்பெயர்கள். தவிட்டு மூட்டைக்கு என்னை வாங்கியதாகத்தான் ரொம்ப காலம் நம்பியிருந்தேன்.

என் அப்பா எலுமிச்சை நிறம். நாஸர் போன்ற உறுதியாக வடிவமைக்கப்பட்ட தோற்றம். நான் அப்பாவைப் போல என்பதால், அப்பாவை அவ்வளவு பிடிக்கும் என்பதால், யார் சொன்னதும் என்னைப் பாதிக்காமல், நான் என் தோற்றத்தை மிகவும் விரும்பினேன்.

பிரச்சினைகள் இல்லாத வாழ்வே இல்லை; நாம் பிரச்சினைகளுக்குத் தரும் உருவம்தான் மாறிக்கொண்டிருக்கப் போகிறது. அவற்றோடு நாம் எப்படி சமரசமோ, சமாதானமோ கொள்ளப் போகிறோம் என்பதில்தான் வாழ்வு இருக்கிறது.

ஆம்பளை மாதிரி நடை, அப்பாவைப் போன்ற நடை - என்பதெல்லாம் நம்மைப் பிடிக்கும்போதும் பிடிக்காதபோதும், அதே நம் தன்மையை விருப்பமாகவும், வெறுப்பாகவும் மற்றவர்கள் சொல்வார்கள்.

பிறகு பதின்பருவத்தில் குண்டம்மா என்றொரு பட்டப்பெயர். என் உடம்பின் வாகே' அப்படித்தான் என்றுணர, ஏற்க எனக்கு கிட்டத்தட்ட 36 வயதானது. அதுவரை எய்துவிட்ட அம்பாக வேலை, வேலை, வேலை, ஓட்டம், ஓட்டம், ஓட்டம். ஆக்ஸிடெண்டில் மோதிச் சிதறி, என்னைக் கொஞ்சம் கொஞ்சமாக நிதானமாக சேகாரம் செய்து எடுக்க - 'நான்' என்கிற உருவாக்கத்தில் நல்லவிதமாகவோ கெட்டவிதமாகவோ இருக்கும் மற்றவர்களின் தாக்கத்தை உணர ஆரம்பித்தேன்.

எனக்கு என்னைப் பிடிக்கும் என்பதை, என் தோற்றத்தில் எந்தவித அக்கறையும் எடுத்துக்கொள்ளாமலிருப்பதில்தான் காட்டுவேன். எனக்கான மனிதர்கள் என்னைக் கண்டடைந்தே தீர்வார்கள்; என்னை நான் எப்படி இருந்தாலும் நேசிப்பார்கள்.

ஃ

நான் மிக வியக்கும் ஆளுமை அவர். மினுக்கும் கருப்பு. அவரின் ட்ரெஸ் சென்ஸ், நடை, உடை, பாவனை எல்லாமே நேர்த்தியும் கம்பீரமும். அவரைச் சுற்றியுள்ளவர்கள், சின்ன வயதிலிருந்து நிறத்திற்காக 'ஹர்ட்' பண்ணி இருக்கிறார்கள் என அறிய வந்தபோது, வியப்பாக இருந்தது.

இந்த உலகத்திற்கு என்னதான் வேண்டும்? கீழ் வீட்டு பப்ளிமாஸ் அழகுப் பையனை, 'ஏன் குண்டா இருக்கிறே' என்றும், மேல் வீட்டு ஒல்லிப் பிள்ளையை, 'ஏன் ஒல்லியா இருக்கிறே, நல்லா சாப்பிடு' என்றும், கருப்பை வெள்ளையாக இல்லை என்றும், வெள்ளையை சப்பை மூக்கு லட்சணமில்லை, பெண் தன்மை இல்லை என்றும்

ஏன் சொல்கிறது???

அதை, அவர்களை ஏன் அவர்களாகவே உள்ளது உள்ளபடி ஏற்கமாட்டேன் என்கிறது? தன் மனத்தின் அவலட்சணத்தை எல்லாம் ஏன் மற்றவர்கள் மீது அள்ளி அள்ளிப் பூசுகிறது?

என் அக்கா சின்ன வயதில் ஒரு கதை சொல்வார். எல்லாரும் அறிந்த கதைதான். ஒரு சூனியக்கார, அவலட்சணமான கிழவி ஒரு குழந்தையைத் திருடி, யாரும் அறியாமல், அந்தக் குழந்தை எங்கும் தப்பிச் செல்லாமல், வெளியாள் யாரும் எளிதில் வந்துவிட முடியாத, உயர்ந்த, ஒரு வீட்டில் வைத்து வளர்த்துவார். அந்தச் சிறுமி வளர வளர, 'எவ்வளவு அவலட்சணம் நீ' என்று திட்டித் தீர்ப்பார். அந்தச் சிறுமி அறிய நேர்ந்த ஒரே முகம் அந்தக் கிழவியினுடையது. எனவே, அந்தக் கிழவியை அழகியாகவும், தன்னை அவலட்சணமாகவும் உணர்வார் அந்தச் சிறுமி.

இந்த சைக்காலஜியை, நாற்பது கடந்த இந்த வயதில் வெவ்வேறு விதங்களில் விதவிதமாக உணருகிறேன். தனது பிரச்சினைகளை யாரும் அறிந்துவிடக் கூடாது என்று நினைக்கிறவர்கள், மற்றவர்களின் பிரச்சினைகளைக் கேள்வி எழுப்பி, அதிலேயே அவர்களை மூழ்கடித்து, தன்னைப் பற்றி யோசிக்க விடாமலே செய்கிறார்கள். மாமியார் மருமகள் பிரச்சினைகளிலிருந்து, ஆண் பெண் பிரச்சினைகள், முதலாளி தொழிலாளி பிரச்சினை, மோடி மக்கள் பிரச்சினைகள் வரை இதேதான் கான்செப்ட். எதிராளியை யோசிக்கவே விடாமல், டார்ச்சர் பண்ணி அடிப்பது.

(இவை எல்லாம் பாதிக்காமல் வளர, உள்ளது உள்ளபடியே தன்னை நேசிக்க - என் மகளுக்குக் கற்றுத்தரும் அல்லது பகிர்ந்து கொள்ளும் ஒவ்வொரு முறையும் நானும் வளர்கிறேன்.)

மஞ்சள் ஒளியில் காவிரி நதி

நான் தி.ஜா'வை முதன் முதலாக வாசித்தது 'மோகமுள்' நாவல் வழியாக, சரியாக எனது பதினெட்டு வயதில். இண்டெர்நெட் யுகமில்லாத 90+களின் காலம் என்பதால், புத்தகங்களை அறிய நேர்வதும், அவற்றைத் தேடி அடைவதும் அதுவே மிகப் பெரிய உற்சாகமான மகிழ்வைத் தந்த காலம்.

மோகமுள் நாவலை வாசிக்கத் தொடங்கின நாள் முதல், பகல் மாலை இரவு என வேதப் புத்தகம் போல செல்லுமிடமெல்லாம், தூங்கும்போதும் அருகில் வைத்துக்கொண்டு, விழிக்கும்போதெல்லாம் வாசித்தபடி எனத் தவம் போல வாசிக்க வைத்த புத்தகம். அப்படியான மனம், கால நிலை, அப்படியான எழுத்து எல்லாம் ஒருசேர வாய்க்க வேண்டும். பிறகும் ஒவ்வொரு காலகட்டத்திலும் நம்மைப் புதிதாய் வாசிக்கவும் ரசிக்கவும் வைக்கிற புத்தகம்தான் அது.

சலங்கை ஒலி படத்தை பாலுவுக்காக (கமல்) ஒருமுறை, மாதவிக்காக (ஜெயப்ரதா) இன்னொரு முறை, ஆல் இண்டியா டான்ஸ் ஃபெஸ்டிவல் சீனில் பாலுவின் உணர்வுவயப்பட்ட காட்சிக்காக ஒருமுறை, நாதவிநோதங்கள் பாடல் முடிந்து நடக்கும் கற்பனை தள்ளுமுள்ளுக்காக ஒருமுறை,

அந்த அலைகளைவிட வேகமாக ஓடியோடித் தத்தளிக்கிறக் காட்சிக்காக ஒருமுறை, அந்தப்படத்தின் அதியற்புதமான இசைக்காக, நாட்டியத்திற்காக, ரகுவின் நட்புக்காக, பாலு - மாதவி காதலுக்காகவே பலப்பல முறைகள் என எத்தனையோ தடவைகள் பார்த்தாயிற்று. ஒருபோதும் அதன் காட்சியழகின் சுவை வேகம் குன்றவே இல்லை. அப்படித்தான் மோகமுள். சில காட்சிகளே வந்தாலும் நிறைவுற இருக்கிற ரகுவின் மனைவி போல, மோகமுள்ளில் வருகிற சிறிய பாத்திரங்கள் பற்றியும் சொல்லிக் கொண்டே போகலாம்.

சலங்கை ஒலியை பதின் பருவத்தில் முதன் முதலில் பார்த்ததற்கும், இப்போது பதின் பருவ மகளின் அம்மாவாகப் பார்ப்பதற்குமான கால வித்தியாசத்தில் நேர்ந்தது என்னவென்றால், அந்தப்படம் காதல் குறித்த படம் மட்டுமே அல்ல; ஒரு ஏழைத் தாயாரின் நிறைவேறாத கனவின் தொடர்ச்சியை இன்னொரு தாய் சுடர் அணையாமல் காப்பாற்றித் தருகிறாள் என்கிற அறிதலும் முழுமையாக ஏற்படுகிறது. அப்படித்தான் மோகமுள் நாவலிலும் கலையை வாழவைத்தல் நிகழ்கிறது.

என்ன, முதலில் நம்மை யமுனாவாகவும் பாபுவாகவும் ராஜமாகவும் வரித்துக் கொள்கிற மனசு, கால ஓட்டத்தின் பல்சக்கர நெறிபடலில், இப்போது பாபுவின் அப்பாவாக வரித்துக் கொள்ள நேரலாம்.

தி.ஜாவை அறியப் பெற்றது பாலகுமாரனின் எழுத்துகள் வழியாக. பாலகுமாரன், தான் தி.ஜா'வை வாசித்த பிறகு கும்பகோணம், தஞ்சாவூர், காவிரி என அலைந்து திரிந்ததைச் சொல்லியிருப்பார். மோகமுள் நாவல் வாசித்தபோது அப்படித்தான் ஊர் ஊராகக் கிளம்பிவிட எண்ணம் வந்தது. முக்கியமாக கும்பகோணத்தின் அந்தக் குளத்தைப் பார்க்கிற ஆவல் எழுந்தது.

ஃ

பொதுவாக ஒரு நல்ல எழுத்தை வாசிக்க நேர்கையில் பாராட்டாக 'தி.ஜா கதையில் போல, ஒரு மஞ்சள் ஒளி தெரியுதுங்க' என்பேன்.

தி.ஜா கதைகளில் காலத்தின் காரணமாகவோ என்னவோ ஒருவித மஞ்சள் ஒளி மனதில் எழும். ராந்தல் விளக்கின் ஒளி, அகல் விளக்கின் சுடர், குத்து விளக்கின் தீபம், குண்டு பல்பின்

மஞ்சள் ஒளி இப்படி. கதைகளுக்குள் எழும் அந்த ஒளி கதையின் காவியத்தன்மையைக் கூட்டும். மனதுள் விளக்கேற்றியது போல சுடர் விடும். கதையின் மொழியோ, நீர்ப் பாதைகள் போல, கனதியற்று, லேசாக காற்றாக விரைவாக அதிவிரைவாகக் கூட்டிச் செல்லும்.

ஃ

எழுதுபவர்களுக்கு 'ரைட்டர்ஸ் ப்ளாக்' ஏற்படுவது போல வாசகர்களுக்கு திடீரென எதுவும் வாசிக்க விருப்பமில்லாமல், விருப்பமிருந்தாலும் நாலைந்து பக்கங்களுடன் வாசிப்பு நின்றுவிடும் ஒருவித துரிதகதி மனநிலை அவ்வப்போது ஏற்படும். எதிலும் மனம் ஒன்றாது, நிலைக்காது, காற்றில் படபடக்கும் இலைபோல, துடிதுடித்தபடி பரிதவிப்பான இயக்கமாக இருக்கும். அப்போது வாசிப்பைக் கைவரச் செய்வதற்காக, மிக எளிய புத்தகங்கள் அல்லது மிகச் சிறிய கதைகள் என்று வாசிப்பேன். எதுவுமே வாசிக்கவில்லை என்கிற குற்றவுணர்விலிருந்து அது நம்மை விடுபடச் செய்வதாகவும், அடைந்து கிடக்கும் மனநிலைகளிலிருந்து மீளச் செய்வதாகவும் இருக்கும். அப்படி அடிக்கடி நான் விரும்பி வாசிப்பனவற்றுள் தி.ஜா'வினது கதைகள் நிச்சயம் இருக்கும்.

ஒரு நல்ல படைப்பு என்பது திரும்பவும் வாசிக்க வைப்பது. மறுவாசிப்பில் இதுவரையில்லாத முற்றிலும் புதியதான ஒன்றைத் தருவது. நம் வாழ்வில் திரும்பத் திரும்ப வாசித்தவை என்று பார்த்தால், அப்படி வாசித்த புத்தகங்களை விரல் எண்ணிக்கைக்குள் அடக்கி விடலாம்.

மறு வாசிப்பில் நமக்குப் பிடிக்கின்ற ஒவ்வொரு கதைகளுமே, நாம் வளர வளரத் தானும் வளர்கிற கதைகள். நாம் எங்கெங்கோ எதிலிருந்தோ சேகரித்த நமது அறிவின் தேடலில் கண்டடைந்தது போக, மீதியை வாசிப்பின் போதான ஒவ்வொரு தடவையும் தரத் தீராத பொக்கிஷங்களை உள்ளடக்கியவை.

நான் வெறும் வாசகராய் தி.ஜாவை வாசித்த காலத்திலும் சரி, கவிஞராக ஆன பிறகும் சரி, உரைநடை பின் சிறுகதைகள் என எழுதிய பிறகும் கூட ஒவ்வொரு காலகட்டத்திலும், அவரை வாசிப்பது என்பது சுவாரசியம் குன்றாத ஒன்று.

முதன் முதலாக எனக்குச் சிறுகதை எழுத எண்ணம் வந்தபோது, உடனடியாக வாசிக்க நினைத்து, வாசித்தது தி.ஜாவினது கதைகளைத்தான்.

ஃ

2015இல் எனது உற்ற தோழி பிரசாந்தி சேகரத்துடனான அரட்டையில், சாப்பாட்டைப் பற்றிய பேச்சில் 'அடிசில்' தமிழ் இலக்கிய காலெண்டர் உருவானது.

சாப்பாட்டின் மேல் ரசித்துச் சாப்பிடுவதின் மேல், எனக்கு எந்தளவு பிரியமெனில், வாசிக்கும் இலக்கியங்களில் எதிர்பாரா உணவுவரிகளின் ருசியை சமைத்துப் பார்க்குமளவு! மோகமுள் - தி.ஜானகிராமனின் மாஸ்டர் பீஸ்களில் ஒன்று. அதில் புழுங்கலரிசியில் செய்த பழைய சாதம் பற்றியும் மாவடு பற்றியும் - யாரும் கவனிக்கத் தவறவிடும் ஒரு வரி வரும். நான் தயிர்சாத ப்ரியை! பழைய சாதத்ததில் கூட தயிர் போட்டுச் சாப்பிடுகிற ஆள். புழுங்கலரிசி சாதத்தில் வெறும் நீர் ஊற்றி செய்த பழைய சாதம், அதற்கெனவே தோழியின் அம்மாவிடம் கேட்டுச் செய்த மாவடு - இதையெல்லாம் வாழையிலையில் பரிமாறிச் சாப்பிட்டால் கிடைக்கிற சுகந்த மணம். இதெல்லாம் நடந்தது என் பதினெட்டு வயதில்.

('கதவு திறந்ததும் கடல்' -2022 புத்தகத்தில்)

2017 – 'அடிசில்' இலக்கிய காலெண்டர் உருப்பெற்றது. அதில், தி.ஜாவின் மோகமுள்ளில் இருந்து, அந்த பழைய சாதம் பற்றிய வரிகள், எங்களின் கனவை நெய்த முதல் நூலாக அமைந்தன. வேடிக்கை என்னவெனில், நளபாகம் எனப் பெயரிடப்பட்ட நாவலில், சமையல் பற்றிய விவரணைகளே இருக்காது. ஆனால், இசைக்கும் காதலுக்கும் பெயர் பெற்ற மோகமுள் நாவலிலோ சமையல் பற்றிய சுவாரசியமான விவரிப்புகள் ஆங்காங்கே விரவிக் கிடக்கும்.

பெரும்பாலும் புத்தகங்களை மறுவாசிப்பு செய்யும்போதுதான், முதன் முதலாக நாம் வாசித்த காலம், பிரமிப்பு எல்லாம் விடுபட்டுப் போய், அதன் நிஜ பரிணாமத்தை உணர முடியும்.

காசியபனின் 'அசடு' எல்லாரும் பிரமாதமாக வருணித்தார்கள். ஆனால், அடிசில் காலெண்டருக்காக வாசித்தபோது, அத்தகைய எதையும் அதில் நான் காணவில்லை. நான் பிரமிக்கிற எழுத்தாளர்களில் பெரும்பாலோர் பிரமித்த புத்தகம் என்கிற வகையில், அது எனக்கு மிகுந்த ஏமாற்றத்தைக் கொடுத்தது.

அதேபோல, சம்பத் இடைவெளி நாவல். மரணம் பற்றிய

இலக்கியங்களைத் தேடிக் கொண்டிருக்கையில் நண்பர்கள் பரிந்துரைத்தது. வாசிக்கையில் ஏமாற்றமளித்தது.

சாகாவரம் - வெ. இறையன்பு பாதி நாவல்வரை அதி அற்புதமாகச் செல்லும். மீதி, ஒருவேளை நாம் உயிரோடிருப்பதால் உணரக் கிடைக்கவில்லையோ என்னவோ நமுநமுத்துப் போயிருக்கும்.

ஒரு படைப்பை விமர்சனப் பார்வையில் அணுக வெவ்வேறு காலகட்டத்தில் குறைந்தது சிலமுறைகளாகவது வாசிக்கப் பட்டிருக்க வேண்டும் என நான் விரும்புகிறேன். அப்படித்தான் செய்கிறேன். அதுதான் அந்தப் படைப்பிற்குச் செய்யப்படும் நியாயமும் என நம்புகிறேன்.

ஃ

'பிடி கருணை' புத்தகம் பற்றிய எனது வாசிப்பானுபவத்தைப் பகிர்தல் மிக நல்ல அனுபவம். இத்தொகுப்பில் பதினோரு கதைகள். இதில் பலரும் வியந்து போற்றிய இப்போதும் வியத்தகு கதையாகவே இருக்கிற பாயாசம் கதை தவிரவும், அதற்கிணையாக, சிலசமயம் அதைவிடவும் தாண்டிப் போகிற அபாரமான கதைகளகாகவும் சில உள்ளன.

சில முரண் கருத்துகள் உண்டுதாம். இந்தத் தொகுப்பைப் பொறுத்தமட்டில், பெண் பாத்திரங்களை இன்னும் சிறப்புற உண்மைக்கு அருகில் அமைத்திருக்கலாமே என்று தோன்றியது. மேரியின் ஆட்டுக்குட்டி'யிலும், அதிர்வு கதையிலும் இந்தப் போதாமை வெளிப்படுகிறது. அவர் எழுதிய காலத்தில் இதுவே அதீதம் என்கிற உண்மையும் உறைக்காமலில்லை.

தி.ஜாவினது குழந்தைப் பாத்திரங்களை எல்லாம் தனித் தொகுதியாகவே ஆய்வு செய்யலாம். துளி நேரமே வந்தாலும் அத்தனை அருமையான வடிவமைப்பு. நேர்த்தியான குணவார்ப்பு. உதாரணத்திற்கு நேத்திக்கு, கச்சேரி, பிடிகருணை, முள்முடி போன்ற கதைகள்.

பிடி கருணை :

பிடிகருணையா (கருணைக்கிழங்கு), 'பிடி' கருணை (பிடியளவு கருணை)யா என்று யோசிக்க வைக்கிற தலைப்பு.

பல வருடங்கள் முன்பு வாசித்த ஒரு கவிதை நினைவுக்கு வருகின்றது. யாரெழுதியது ஞாபகமில்லை.

'மறுபடியும் உன்

மன வானில் பறக்காதிருக்குமானால்

அந்தப் பறவையைச் சுட்டு வீழ்த்து'

என்று.

இந்தத் தொகுப்பில் உள்ள பிடி கருணை, பாயாசம் ஆகிய கதைகளிலும், இந்தத் தொகுப்பிலில்லாத கண்டாமணி, முள் முடி ஆகியவற்றிலும் பிரதானமாகப் பேசப்படுவது மனித மனதின் குற்றவுணர்வுதான். பிடி கருணையிலும் பாயாசத்திலும், குற்றவுணர்வு, தனது குறைகள் உணர்ந்தும், அறிந்தும், திருந்த விரும்பியும் மாற்றிக் கொள்ள முடியாமல் தன் குணத்திலேயே நிலைக்கிற தத்தளிக்கிற பாத்திரங்கள்.

ஒரு குற்றம். அது நிகழ்ந்து விடுகிறது. அதற்குப் பாதிக்கபட்டவர் அல்லது நீதி வழங்கும் இடத்தில் இருப்பவர் தருகிற தண்டனை. அந்தத் தண்டனை குற்றத்தை விடவும், அதிகப்படியானதாகிறது. சொல்லப்போனால், கடந்து வந்த காலத்திற்குள் குற்றம் மிகச் சிறிய ஒன்றாகி விடுவது. அன்றே கடந்து முடிவது. ஆனால், தண்டனை ஒவ்வொரு நாளும் வளர்கிற ஒன்றாகி, மலையாகி நிற்கிறது. 'முள் முடி' கதையில் அப்படித்தான். கண்டாமணி, பாவ நிவர்த்தியாகச் செய்வதே மனதைத் துன்புறுத்தி உறுத்திக்கொண்டே இருக்கிறது.

அன்பு - பதிலன்பு, செயல் - விளைவு, குற்றம் - பரிகாரம், குற்றத்திலிருந்து விடுபட முடியாமல் குற்றத்தின் காலத்திலேயே மனம் நின்று விடுவது, செய்த குற்றத்திற்கான தண்டனையே குற்றத்தை விடவும் அளவுக்கதிகமாகப் போய் பெருங்குற்றமாகிவிடுவது, மனதின் உறுத்தல், வலி வாதையாக மாறுவது - இவை எல்லாவற்றையும் சொல்லிச் செல்லும் மொழியின் இலாவகம், நம் கைபற்றிச் செல்லும் கைகளின் துளி இறுக்கம் கூடத் தெரியாமல் கூட்டிச் செல்லும் நடை ... எத்தனை எத்தனை காலம் ஆனாலும் தி.ஜாவின் எழுத்து வியப்புதான்; காலம் தாண்டிய பரவசம்தான்.

முள்முடி, கண்டாமணி, பிடி கருணை கதைகள் வாசிக்கும் ஒவ்வொரு முறையும் தரிசனம்தான்.

மோ

கமுள் நாவலை வாசிக்கத் தொடங்கின நாள் முதல், பகல் மாலை இரவு என வேதப் புத்தகம் போல செல்லுமிடமெல்லாம், தூங்கும்போதும் அருகில் வைத்துக்கொண்டு, விழிக்கும்போதெல்லாம் வாசித்தபடி எனத் தவம் போல வாசிக்க வைத்த புத்தகம். அப்படியான மனம், கால நிலை, அப்படியான எழுத்து எல்லாம் ஒருசேர வாய்க்க வேண்டும். பிறகும் ஒவ்வொரு காலகட்டத்திலும் நம்மைப் புதிதாய் வாசிக்கவும் ரசிக்கவும் வைக்கிற புத்தகம்தான் அது.

//யப்பா! என்னா அடி! என்னா அடி! பச்சை புள்ளை! அப்படியே விளுந்து பல்லிவாலு மாதிரி அது துடிச்ச துடி - தெருப் புழுதியிலே பெரண்டு! என் முதுகில சுளீர்னுதே பார்ப்பம் - அடெ! என்னை அடிக்கக முடியலேன்னுதான் புள்ளையை அடிச்சாளா அவ? அடி என்னுது! முதுகு புள்ளையுது!//

இப்படி யாருக்கான அடியையோ, அம்மாக்களிடம் வாங்காத பிள்ளைகள் யார்?!

//சாமி, நான் பாவம் பண்ணாம, ஆகாத்யம் பண்ணாம இருக்கும்படியா எப்ப செய்யப் போவுது சாமி?

என்ன ஆகாத்யம் பண்ணினே?

தினமும் பண்ணிக்கிட்டே இருக்குறேன். மண்ணெண்ணையை ரண்டு டப்பா தண்ணியாவது கலக்காம விக்க மனசு வல்லே. அஞ்சு ரூவாக்கு சாமான் கொடுத்திட்டு ஏளு ரூவா கணக்கு எளுதறேன். சாமிக்கு மொந்தம் பளம் வாங்கக் காசில்லெ இன்னிக்கி. ஒரு கொளந்தை கையிலேந்து ஒரு ரூவாயை ஓசைப்படாம திருடிப்புட்டேன். இல்லவே இல்லேன்னு கொடி கட்டிப்புட்டேன். பெத்தவ பேய் மாதிரி பிள்ளையை அறஞ்சா - தூக்கிகிட்டு போய்ட்டா. என் உள்ளெல்லாம் வெந்துகிட்டிருக்கு...

யாரோ செய்றாங்க - யாரோ படறாங்க

நான்தான் செஞ்சேன். புள்ளெ பட்டுது. எனக்கு வாயெல்லாம் கசக்குது. வயித்தெல்லாம் கலக்குது. தலை கனக்குது. பொட்டு வலிக்குது. நிக்கக்கூட முடியலெ, அதை நெனச்சா.. இந்தப் பாவம்

எல்லாம் நான் பண்ணாம இருக்க சாமி பண்ணக் கூடாதா?:

சாமி என்ன செய்யணும்?//

இருட்டில் தொலைத்ததை, வெளிச்சத்தில் தேடுவது போலல்லவா இது?!

சந்தானம் :

பிள்ளையில்லாத வீட்டில் பிள்ளைபோல ஒரு பூனையை (கிட்டி) வளர்க்கிறார்கள். எதிர் வீட்டில் ஊரே மதிக்கும் கறாரான போலிஸ் சூப்பிரிண்ட், அவருக்கோ பூனை என்றால் அலர்ஜி. அலர்ஜி கூட இல்லை. பயந்து நடுங்கி நாக்குழறும் அளவு அசூயை. அப்படியொரு நிகழ்வும் நடந்துவிட, ஊரே அந்தக் கதையைச் சொல்லிச் சிரிக்கிறது. ஆஃபிஸில் வேலையிலிருக்கும்போது, அவர் நெஞ்சு வலியில் இறந்து விடுகிறார். சரியாக அவரது கருமாதி நடக்கும் நாளில், பூனை கிணற்றில் விழுந்து விடுகிறது. அது உயிருக்குப் போராடும்போது இவர்கள் அடையும் பதட்டம். ஓடோடிப் போய் போலிஸ் சூப்ரிண்ட் மனைவியிடம் மன்னிப்பும் உதவியும் கேட்கிறார்கள். அவள் உடனடியாக ஆர்டலியைக் கூப்பிட்டு, தீயணைப்பு வீரர்களை வரவழைக்கிறாள். பூனை பிழைத்து விடுகிறது. வீதி பூராவும் இப்போது இவர்கள் பூனைக்காக அடைந்த பதட்டம் கதையாகப் பேசப்படுகிறது.

பிரமாதமாக எழுதப்பட்டிருந்தாலும், எனக்கு ஏனோ இந்தக் கதை பிடிக்கவில்லை. அவ்வளவு துக்கத்திலும் போலீஸ் சூப்ரிண்ட் மனைவி இவர்களுக்கு உதவியது மட்டும்தான் மனதை நெகிழ்த்துகிற ஒன்றாக இருந்தது.

ஒரு விசாரணை : (நாடகம்) :

நாடகத்தில் கதாநாயகியாக நடிக்கிற ஒரு பெண், கதாநாயகனை விரும்புகிறாள். அவனோ சாப்பாட்டுக்கே கஷ்டப்படும் ஏழைக் குடும்பம். அது பற்றிய விசாரணை அவளது வீட்டாரோடும், சக நாடக நடிகர்களோடும், நாடகக் கம்பெனி முதலாளியோடும் நடக்கிறது. எல்லாரும் என்ன சொல்லியும் அவள் பிடிவாதமாக இருக்கிறாள். ஒரு கட்டத்தில் தனக்கு அவனோடு திருமணம் நடந்துவிட்டதை தெரிவிக்கிறாள். எல்லோருக்கும் அதிர்ச்சி. வீட்டிற்கே வர மறுக்கிறாள். அவள் அண்ணன்களோடு கிளம்பும் அம்மா, அவளோடு கடைசியாகப் பேசிப் பார்க்கிறேன் என்று பஸ்சுக்குக் காத்திருக்கும் அவளிடம் வருகிறாள். விநாயக

சதுர்த்திக்கு வீட்டுக்கு வா, வந்து சாப்பிட்டுப் போ எனக் கூப்பிடுகிறாள். மகளோ, வேண்ணா நீ வாயேன் என்கிறாள். வரும்போது எல்லாருக்குமே பட்சணம் கொழுக்கட்டை எடுத்து வா என்கிறாள்.

அம்மா, மகளின் வயிறு வாடக்கூடாது என நினைப்பதும், அதுவரை ஒரு வீட்டின் மகளாயிருந்தவள் திடீரென தன் கணவனின் வீட்டைத் தன் வீடாக உணர்ந்து அவர்களை மரியாதையாக நடத்த நினைப்பதும் - பெண்களின் நுணுக்கமான பாவங்கள்.

பாயாசம் :

சாமநாது, தன் அண்ணன் மகன் சுப்பராயனுடன் தன்னை, தனது தேகக்கட்டை ஒப்பிட்டுக் கொள்வதில் தொடங்குகிறது கதை; அவரது துவேஷம்.

//நன்னா முழங்காலை மடக்கி உட்கார்ந்து எழுந்துண்டுதான் போடேன் நாலு தடவை. உனக்கு இருக்கிற பலம் யாருக்கு இருக்கு? நீ என்ன சுப்பராயன் மாதிரி நித்யகண்டம் பூர்ண ஆயுசா? சுப்பராயன் மாதிரி மூட்டு வியாதியா, ப்ளட்ப்ரஷரா, மண்டைக் கிறுகிறுப்பா உனக்கு? என்று யாரோ சொல்வது போலிருந்தது. யாரும் சொல்லவில்லை. அவரேதான் சொல்லிக்கொண்டார்.//

மாமியார் மருமகள் பிரச்சினை போல, ஆண்களிடம் இருக்கிற, எப்போதும் தானே தலைவனாக இருக்க விரும்புகிற விருப்பம், அவரவர்களின் துவேஷம், ஆளுகை, கண்ணியம், முதிர்ச்சிக்கு ஏற்ப வித விதமாக வெளிப்படும்.

தான் மட்டுமே எல்லாரது வாழ்வையும் வாழ நினைக்கிற பேராவல், யாரின் வளர்ச்சியையும் காணப் பொறுக்காது; கண்களுக்குச் சக்தியிருந்தால் பொசுக்கி விடும்.

சாமநாதுவின் மகள் கணவனை இழந்தவர்; மகனும் பெரிதாகச் சொல்லிக்கொள்ளும்படியான சிலாக்கியமான வாழ்வில்லை. அவருக்கு தான் காணும் யாவும் சுப்பராயனாகவே தெரியும். பார்க்கும் காட்சிகள், மனிதர்கள் எல்லாம். அவரது மன விவரணைகளின் வழியாகவே விரியும் கதையில் ஒரு கட்டத்தில் இப்படி நினைப்பார்.

//அப்படியே அந்தப் பயலைக் கழுத்தைப் பிடித்து உலுக்கி, கண்ணு பிதுங்க..... அவன் பெண் பிள்ளைகளை எல்லாம் ஒரு சாக்கில் கட்டி..." அவர் பல்லை நெறித்தார்.

‘காவேரியிலே கொண்டு அமுக்கட்டும். அப்பதானே கரையேறாத நகரத்திலெ கிடக்கலாம். இப்பவே போங்கோ’ அவளேதான். வாலாம்பாள்தான்.//

இதனுடைய மென்மையான வடிவத்தை நான் நேரடியாகப் பார்த்திருக்கிறேன். இளமையில் தான் பாடிய புகழ் பெற்ற பாடல்களை எல்லாம், பாடகர் பிபிநிவாஸ் தனது அந்திமத்தில், இராயப்பேட்டை வுட்லண்ட்ஸ் ஹோட்டல் போன்ற பெரிய பெரிய ஹோட்டல்களில் அங்கு வருவோருக்குப் பாடிக் காட்டுவார். குரல் ஒத்துழைக்காது. இருந்தும் பாடுவார். தான் அடைந்த புகழை எல்லாம், தானே வரி வரியாக அழிப்பது போல அது இருக்கும்.

தாத்தாவும் பேரனும் :

சமகாலப் பிரச்சினைகளை, தொட்டால் நம்மையே தீய்த்துவிடுகிற பிரச்சினைகளை எழுத தி.ஜா எடுத்தாண்ட முறைகள் அழகு. புரட்சிகரமான கருத்துகளைச் சொல்ல - கதையை அப்படியே புராண இதிகாச காலங்களுக்குக் கொண்டு சென்றுவிடுகிறார். அப்படித்தான் ‘தாத்தாவும் பேரனும்’ கதை.

//எதிரிகள் காவல் காக்க தட்டுத் தடுமாறி நடந்து வந்தார் கிழவர். தோற்றுப் போனவர். அது மட்டுமில்லை, மேலெல்லாம் போர்க்களத்து மண்ணும் குருதியும் பூசித் தெறித்துக் கிடந்தன. அருகே வர வர அந்த முக வாட்டமும் நடையின் தள்ளாட்டமும் விடூடபனுக்கு ஒரு கழிவிரக்கத்தைக் கூட உண்டாக்கி விட்டன. அவன் கண்ணில் ததும்பிய புன்னகை கேலி எல்லாம் மேகத்தில் பரவின ஒளி போல, மறைவது தெரியாமல் மறைந்தன. உட்கார்ந்திருந்தவன் எழுந்தே விட்டான். கிழவர் அருகே வந்து விட்டார். எழத் தோன்றிய விடூடபனுக்கு விழுந்து வணங்க மட்டும் மனம் வரவில்லை.//

தாத்தாவுக்கு முறைதவறிப் பிறந்த மகள் வயிற்றுப் பேரன் விடூடபன். சிறுவயது அவமானத்திற்கு சபதமேற்று தாத்தா மகாநாமரை வெற்றி கொள்கிறான். அவரை அவமானப்படுத்தும் நோக்கமில்லை; அவன் கேட்பதெல்லாம் அவரோடு இணையாக அமர்ந்து விருந்துண்ணும் உரிமையைத்தான். ஆனால் அதைக் கூட அவனுக்குத் தர விரும்பவில்லை அவர். விருந்திற்கு முன் நீராடி வர அனுமதி பெற்று, தனது நீளமான தாடியாலேயே முழங்கால்களைச் சேர்த்துப் பிணைத்து, அரண்மனை குளத்தில்

தன்னை மாய்த்துக் கொள்கிறார்.

ஒரு சிறிய காட்சி மாற்றம் செய்து பார்ப்போம். இதுவே அவர் வெற்றியடைந்தவராக இருந்திருந்தால், என்ன செய்திருப்பார்? கழிவைத் தோற்றவர் வாயில் ஊற்றியிருப்பாரா? பேரன் என்றும் பாராமல், அவன் நாட்டுப் பெண்களை எல்லாம் மானபங்கம் செய்திருப்பாரா? அவனைச் சாகும்வரை சித்திரவதை செய்து சிறையில் அடைத்திருப்பாரா? இவை எல்லாவற்றையும் நிகழ்த்தியிருப்பார்தானே?! பொதுவாகத் தன்னை மேல் ஜாதியாகக் கருதிக் கொள்ளும் யாரும் தமது செயல்களில் அல்லவா மேன்மையாக நடந்து கொள்ள வேண்டும்? பெருமைக்கும் ஏனைச் சிறுமைக்கும் தத்தம் கருமமேதானே காரணாமாயிருக்க வேண்டும்?

புண்ணிய பேங்க்:

//மாசச் சம்பளம் என்று எங்காவது அமர்ந்திருந்தால் இந்தக் கவலை எல்லாம் இராதுதான். ஆனால் மாசச் சம்பள வேலை அவனுக்கு ஒத்து வருவதில்லை. இருந்துதான் பார்த்தான். ஐந்தாவது மட்டும்தான் படிப்பு. அதனால் ஆள்காரன் வேலைதான் கிடைத்தது. பாங்குக்குப் போய் பணம் கட்டி வருகிறது; குழந்தைகளைப் பள்ளிக்கூடம் கொண்டு விடுகிறது. லாரியில் ஏற்றின சாமான்களைச் சேருமிடத்ததில் சேர்த்து விட்டுக் கையொப்பம் வாங்கிக் கொண்டு திரும்புகிறது. இந்த மாதிரி எத்தனையோ பார்த்தாகிவிட்டது. மாசச் சம்பளம் கொடுக்கிறவர்களுக்கு என்னமோ ஆளையே விலைக்கு வாங்கி விட்டதாக பாத்தியம். இவனுடைய இருபத்து நான்கு மணி நேரமும் தன்கையில் ஒப்படைக்கப்பட்டு விட்டதாக ஒரு பேயாசை. வேறு காரணங்களும் இருக்கலாம். பொதுவாக ஒத்து வரவில்லை.//

புண்ணிய பேங்க் கதையில் வரும் சிதம்பரம், நாம் வாழ்வில் சந்தித்த எத்தனையோ பேரை நினைவுபடுத்துகிறான். சிலசமயம் நாமும் அதில் உண்டு.

தன்மேல் தனக்கே ஏற்படும் வெறுப்பைத்தான், ப்ளட் பேங்க் ஆளிடம் காட்டுகிறான். இரத்தம் கொடுத்து அன்றையப்பாட்டை பார்க்கும் நிலையிலிருந்தாலும், பக்கத்துவீட்டுப் பாட்டியிடம் 'கௌரவம்' விட்டுக்கொடுக்காமல், 'புண்ணிய பேங்க்' என்று சொல்லுவது, எங்களது ஊரில் இதை 'பெருமைக்கு எருமை மேய்ப்பது' என்று சொல்வோம்.

பஸ்ஸூம் நாய்களும் :

நடுத்தர வர்கத்தினருக்கு, மேல் வர்க்கம் நாய்களாகவும், மேல் வர்கத்தினருக்கு மற்றவர்கள் நாய்களாகவும் தெரிவதைச் சொல்கிற கதை. பஸ் நெரிசலில் பெண்கள் படுகிற அவதிகளை, (அண்ணனாக, அப்பாவாக) ஆண் எப்படி உணருகிறான் என்பது இன்னும் ஆழமான விவரிப்பாக வந்திருக்க வேண்டிய கதை, திடீரெனத் திசை மாறி அந்த பஸ்ஸின் கூட்ட நெரிசலும், அதிக பஸ்கள் விடாமல் அந்த நெரிசலுக்குக் காரணமாக இருக்கிற அரசு அதிகாரிகளின் மேல் வருகிற கோபமும் என வர்க்கக் கதையாக மாறுகிறது. வகை கூடிவராத கதை.

நேத்திக்கு:

சாதாரணமாகவே தி.ஜா கதை தொடக்கம் முதல் முடிவு வரை வேகமாக ஓடும். இது ரேஸ் குதிரை பற்றிய கதை வேறு. பறந்து கட்டிக்கொண்டு ரேஸ் குதிரை வேகத்திலேயே ஓடுகிறது.

முதலாளிகள், தொழிலாளிகளைப் பார்க்கிற விதம்தான் கதை. ஒரு பந்தயக் குதிரை போலத்தான், வேலை நடக்கும் வரைதான் தொழிலாளியின் அருமை பெருமை எல்லாம். அந்தக் குதிரை எவ்வளவுதான் பொருளீட்டித் தந்திருந்தாலும், காலுடைந்த பிறகு 'ஷூட்டிங் ஆர்டர்தான்'. அது ஈட்டித் தந்த பொருள் அதற்கு இம்மியளவும் கிடையாது. வேண்டுமானால், ஃபோட்டோ வைத்து மாலை போட்டு, நினைவுகூர்வார்கள்.

இந்தக் கதையில் வருகிற, சினிமா குழந்தை மாதிரி அதீதமாகப் பேசுகிற குழந்தைதான், வாசிக்கிற மற்றும் எழுதுகிறவர்களின் மனசாட்சி.

மாப்பிள்ளைத் தோழன்:

சென்னையின் அல்லது டில்லியின் ட்ராஃபிக் ஜாம். ஜன நெரிசல். பஸ்ஸின் விழிபிதுங்குகிற கூட்டம். பிடிக்க எதுவுமில்லாது, கால் மிதிபட பயணிப்பது. இறங்கி ஏறுவது. அதுவும் மழைநேரம் சொல்லவே வேண்டாம். ஒரு சுமாரான கல்யாண வீட்டின் அவதிகள். ஈரக்கோணி சாக்குகள். தாழில்லா கழிவறைகள். ஈக்கள். காதுக்குள் எப்போதும் அவற்றின் ரீங்காரம். அழுக்கு. சுத்தமின்மை. சுகாதாரமின்மை. இவை எல்லாம் ஏற்படுத்துகிற வயிற்றுக் குமட்டல். ஆனால், ஒவ்வொன்றாய் லயம் கூடி, கூட்டிக் கொண்டே போய், பள்ளச் சரிவிலே அனைத்தையும் தள்ளிப்

பறக்க வைத்த லாவகம்.

எனக்கு இந்தத் தொகுப்பிலே மிகப் பிடித்த கதைகளுள் இதுவும் ஒன்று. மாப்பிள்ளைத் தோழன் கடைசி வரை, மாப்பிள்ளைத் தோழன்தான். அவருக்குப் பெயரே இல்லை.

ஃ

தியானத்தை உணர, நாம் தூக்கத்தில் விழுகிற நொடிகளைக் கவனிக்கச் சொல்வார்கள். அது ஒரு அற்புதம் நிரம்பிய நொடி. எதிலிருந்து எப்போது எப்படி நழுவினோம் விழுந்தோம் என அறியாத நொடி. அதில் அவ்வளவு குழந்தைமை உண்டு. நோக்கமின்மை உண்டு. புதிர் உண்டு. அள்ளக் குறையாத சுவாரஸ்யம் உண்டு. அறிதலின் உச்சத்தை அடைவதும் உண்டு. அந்தவிதமான தியானத்தின் ஆழ்மனத் தேடலைத் தருவன தி.ஜாவின் சிறுகதைகள்.

தி.ஜாவின் ஒரேயொரு கதையைத்தான் சொல்ல வேண்டும் என நிபந்தனை விதித்தால், நான் 'கண்டாமணி'யைச் சொல்வேன். எனக்கு மிகவும் பிடித்த கதை. மனஓட்டமும், காட்சி மாற்றமும், கதை சொல்லலும் அற்புதமாகக் கூடி வந்த கதை. உணர்ச்சியும், சொற்களும், அந்த மனிதர்களின் வாழ்வை, எண்ணவோட்டங்களை வாசிக்கும்போது நமக்கு எழும் உணர்ச்சிகளையும் எண்ணவோட்டங்களையும் மிகச் சரியாகக் கணித்து - ஒரே நேரத்தில் வாசகராகவும் எழுத்தாளராகவும், எடிட்டராகவும், ஆழ்மன எண்ணங்களை ஆள்பவராகவும் தி.ஜா இருப்பார். அவரது எல்லாக் கதைகளுமே அவ்வகையாக செம்மையாக எழுதப்பட்டவையே. ஒவ்வொரு வாசகருக்கும் அவரின் ஒவ்வொரு கதைகளில் அலாதியான பிடிப்பிருக்கும்.

அது அவரவர் பாத்திரம். அவரவர் முகர்தல். ஆனால் காவேரியோ அகண்டு விரிந்து தி.ஜாவாக ஓடிக் கொண்டிருப்பது.

ஃ

Editor: Prashanthy Sekaram

இலக்கியத்தில் மாமியார்கள்

தமிழில் எல்லா எழுத்தாளர்களுக்குமே இது நேர்ந்திருக்கும். நாம் புத்தகம் அனுப்பி இருப்போம். அவர்கள் புரட்டிப் பார்த்தார்களா என்று கூட தெரியாது. புத்தகம் அனுப்புவதற்கே அவ்வளவு கூச்சப்பட்டு, நிறைய யோசித்துதான், தயங்கித் தயங்கி அனுப்பி இருப்போம். எப்படிடா கேக்குறது என்று இன்னும் தயங்குவோம்.

அப்புறம் எப்பவாவது பார்த்தால், ஹாங்! உங்க புக்கு வந்துச்சு' என்பார்கள். அதற்கு என்ன அர்த்தம்?!!!

நாம் மிக நேசிக்கும், மிக மதிக்கும் எழுத்தாளர்கள் அவர்கள்! ஆனால், நாம் அவர்களுக்கு ஒரு பொருட்டே இல்லை.

யாருக்கும் நாமொரு பொருட்டில்லை. இந்த உணர்வு அவ்வளவு வலிக்கும்.

ஃ

மூன்றாவது கவிதைத் தொகுப்பு வெளியிட்ட நாளில் (மகளுக்குச் சொன்ன கதை) ஒரு முடிவெடுத்தேன். இனி கவிதை எழுதப் போவதில்லை என. பிறகும் பழக்க தோஷத்தில் நாலைந்து எழுதிவிட்டேன்தான். நான் எழுதுவதாலோ, எழுதாமலிருப்பதாலோ தமிழுக்கு

ஒரு நட்டமுமில்லை.

ஃஎனக்கு எப்போதும் சில கேள்விகள் உண்டு.....

நிறைய எழுதுபவர் நல்ல எழுத்தாளரா - நிறைய பிள்ளைகள் பெற்றவர்தாம் சிறந்த பெற்றோரா

நிறைய வருடங்கள் எழுதிக் கொண்டிருப்பவர்தான் நல்ல எழுத்தாளரா - ஆஃபிஸில் நிறைய நேரம் உழைப்பவர்தான் சிறந்தவர் என்றால் - செக்யுரிட்டிதான் அதிகநேரம் உழைப்பவர்

புரியாமல் எழுதுவதுதான் சிறந்த இலக்கியமா - எனில், பாடங்கள்தாம் எப்போதும் புரியாதவை

நிறைய விற்பதுதான் நல்ல எழுத்தா - சரோஜா தேவி' புத்தகங்கள்தான் நிறைய விற்கப்பட்டவை ; வாய்பாடு' புத்தகமும்.

எப்போதும் தம்மை லைம்லைட்டில் இருப்பது போலப் பார்த்துக் கொள்பவர்தாம் சிறந்த இலக்கியவாதியா - எப்போதும் லைம்லைட்டில் தம்மை வைத்திருக்கிற மோ.டி'தான் சிறந்த மக்கள் தலைவரா

தனக்கு 45 வயதில் கிடைத்த ஒரு மிக்ஸி க்ரைண்டர் ஃப்ரிட்ஜ் மற்றும் சொந்த வீடு, இப்பதான் புதிதாகத் திருமணமாகி வருகிற ஒரு 20+ பெண்ணுக்கு எப்படிக் கிடைக்கலாம் என்கிற மாமியாரின் அதே எண்ணவோட்டம்தான், எழுத்தாளர்களில் மற்றும் பதிப்பாளர்களில் 'இலக்கியத்தில் மாமியார்கள்' உருவாகக் காரணம்.

தனக்கு 30 வயதில் தான் ஒரு மேடை, புகழ், மாலை, சால்வை கிடைக்கிறது என்றால், எல்லாருக்கும் அப்படித்தான் கிடைக்க வேண்டும் என்பது போல சிலர். அப்படியும் கிடைத்து விடவே கூடாது என்று சிலர்; நூறு வயதானாலும் எனக்கு மட்டுமேதான் கிடைக்க வேண்டும் என்று சிலர்.

ரஜினி படம் ஒன்றில் வில்லனின் டயலாக் இது : 'கல்யாண வீடா இருந்தா நாதான் மாப்பிள்ளையா இருக்கணும், எழவு வீடுன்னா நாந்தான் பொணமா இருக்கணும்' என்று. அப்படித்தானே இதுவும் இருக்கிறது?

ஒரு குடும்பம். அதில் எப்போதும் தானே தலைவனாக இருக்க வேண்டும் என்று நினைக்கிற அப்பா. பிறகு மகன் அல்லது மகள் எப்போதுதான் தலைவனாவார்? இது வெகு சாதாரணமாக எல்லாக் குடும்பத்திலும் நடக்கிற ஒன்று. அப்படி இலக்கியத்திலும்

உண்டு. கவிதை என்றால் உங்களுக்கு ஒரு பெயர்தான் ஞாபகம் வர வேண்டும் ; சிறுகதை என்றால் ஒருவர் (அசோகமித்திரன்' தாண்டி ஒரு சிறுகதை எழுத்தாளரை சுட்டிக் காட்டிப் பேசுங்கள் பார்ப்போம் உங்கள் பரந்த மனதை).

இதில் ஆண் எழுத்தாளர் பெண் எழுத்தாளர் விவகாரத்திற்கு நான் வரவே இல்லை. அது தனியாக இதை விட இன்னும் விரிவாகப் பேசப் பட வேண்டியது. பேசுவேன்!

எழுதுவதால் நீங்கள் (ஆண்கள்) கடவுள் என்றால், இவர்களும் (பெண்கள்) கடவுள்தானே? ஏன் கும்பலில் டான்ஸ் ஆடும் ஒருத்தியாக நடத்துகிறீர்கள். நீங்கள் நடத்துவதால், யாரும் அப்படி ஆகப் போவதில்லை. இதை, இப்படித் தடைகளை எல்லாம் மீறி வரும்போது இன்னும் பலம். இன்னும் திறன். அவ்வளவுதான்.

ஒரு சக பெண் எழுத்தாளரைக் கொண்டாட - ஒரு ஆண் எழுத்தாளருக்குக் கூட எப்போதும் மனதில்லை. சொல்ல நேர்ந்தால் கூட, போனால் போகிறதென்று சொல்வார்கள். சக ஆண் எழுத்தாளரின் 'உப்புக்கும் உதவாத' எழுத்தைக் கொடிபிடித்து வானுயர்த்திப் பேசுவார்கள். அவர் இவரைப் பேசுவார். இவர் அவரைப் பேசுவார். அப்பா, அப்பா அப்பப்பாஆஆஆ!!!

ஆனால், ஒரு ஃபோட்டோ எடுக்க பெண்கள் (பெண் எழுத்தாளர்கள்) முன் ஆண்கள் வரிசைக்கட்டி நிற்பதைப் பார்க்க வேண்டுமே. சாதாரண ஆண்களுக்கும் உங்களுக்கும் என்ன வித்தியாசம்? எழுதுவதா? எழுதுவது என்பது சிந்திப்பது; சிந்திப்பவர்களும் சிந்திக்காதவர்களும் ஒன்றே என்றால், என்னத்தைச் சொல்ல?

ஃ

எந்த உறவுமே ம்யுச்சுவல். எழுத்தாளர் பதிப்பாளர் ஆகட்டும், முதலாளி தொழிலாளி ஆகட்டும், ஆசிரியர் மாணவர் ஆகட்டும், தயாரிப்பாளர் டைரெக்டர் ஆகட்டும் பரஸ்பரம் இருபக்கமும் தவறுகளும் இருக்கின்றன, சரிகளும் இருக்கின்றன. இருவரும் தாமே முன்வந்து தான் சரி செய்து கொள்ள முடியும். ஒருவரின் தவறுகள் பளிச்சென்று அவரது எதிராளிக்குத்தான் வெளியில் தெரியும். ஆனால் சரி செய்வது என்பது - அவரவரேதான் அவரவர் தவறுகளை சரி செய்ய முடியும்; ஒருவருக்காக இன்னொருவர் அல்ல.

ஒரு குடும்பம். அதில் எப்போதும் தானே தலைவனாக இருக்க வேண்டும் என்று நினைக்கிற அப்பா. பிறகு மகன் அல்லது மகள் எப்போதுதான் தலைவனாவார்? இது வெகு சாதாரணமாக எல்லாக் குடும்பத்திலும் நடக்கிற ஒன்று. அப்படி இலக்கியத்திலும் உண்டு.

எப்போதும் பாவம் பதிப்பாளர்கள் நட்டத்திலேயே இருக்கிறார்கள். பின்னும் ஏன் புத்தகங்கள் போட்ட வண்ணம் இருக்கிறார்கள்?

பதிப்பாளர்களைக் குறை சொல்லும் எழுத்தாளர்கள் - என்ன குறை என்றே சொல்லாமல் - நேரடியாகச் சொல்லத் திராணியற்று - நெஞ்சில் உரம் இன்றி - ஏன் எப்போதும் பின்னாடிப் பேசித் திரிகிறார்கள்? எப்போதும் தன்னைப் பற்றிய குறை எண்ணம் அல்லது மிகை எண்ணம் ஏன்?

தான் இணக்கமாக உணரும் இங்கேயே இதன் நெருடல்களைக் கேட்க முடியவில்லை எனில், உலகத்தின் அநியாயங்களை எப்படித் தட்டிக் கேட்போம்? இங்கே இத்துனூண்டு விசயத்தில் இல்லாத தைரியம் எப்படி வேறு பெரிய பிரச்சினைகளுக்கு வரும்?

உலகத்தின் பிரச்சினைகளை எல்லாம் சிந்தித்து தீர்வுகள் வழங்கும், தொலைநோக்கு சிந்தனையாளர்கள் அல்லவா எழுத்தாளர்கள்? ஆனால், அவர்களுக்கு - அவர்களுடைய பிரச்சினையையே சரி பண்ணிக் கொள்ளத் தெரியாது. ஏன் இத்தனை வருடங்களில் ‘பதிப்பாளர் வெஸ் எழுத்தாளர்’ சந்திப்பு மற்றும் எப்போதைக்குமான ஒரு ஒப்பந்தம் செய்து கொள்ளக் கூடாது? புதிதாக வரும் எழுத்தாளர் அல்லது பதிப்பாளருக்கு வழி வகை செய்வோமே.

தைரியசாலியின் பயங்கள் பயங்கரமானவை

(நானும் கராத்தே'வும் விபாசனா'வும்)

நானும் தீபா. ஜா' வும் பேசிக் கொள்ளவே மாட்டோம். ஆனால், பேசினாலோ அந்த உரையாடல் குறைந்தது ஒரு மணிநேரமாவது நீளும். சிரிப்பிற்குப் பஞ்சமே இருக்காது. அப்படி ஒருமுறை உரையாடலில், 'உங்களுக்கு ஏன் கராத்தே கற்றுக் கொள்ளத் தோனுச்சு பிருந்தா' என்று அவர் கேட்க, 'உங்களுக்கு டைம் இருக்கா தீபா; என்று கேட்டு, ஃப்ளாஷ் பேக்' கில் தொடங்கி மிகப் பெரிய பதில் சொல்லப் போக,

'ப்ளீஸ் பிருந்தா, இதை எப்பவுமே வெளில சொல்லிறாதீங்க. நமக்கு மட்டுமே தெரிந்த தங்கமலை ரகசியமாக நமக்குள்ளவே இருக்கட்டும்' என்றெல்லாம் அன்று அவர் எவ்வளவோ சொன்னதையும் மீறி எழுத ஆரம்பிக்கிறேன்.

ஃ

சின்ன வயதிலிருந்து வளையல் போட மாட்டேன். இது உறவினர்களிடத்தில் ஒரு முரண்பாட்டை வளர்த்தது. 'பிள்ளை வளர்த்து வச்சிருக்காள் பார்' என்று அம்மாவை யாரும் சொல்லிவிடக்கூடாது என்பதற்காக அம்மாவும் வளையலணிய வற்புறுத்தி வற்புறுத்தி, கடைசியில் விட்டுவிட்டார்கள்.

ஆனால், பார்க்கிறவர்களெல்லாம் அட்வைஸ் பண்ணுவார்கள். கைக்கு வளையல் போடுவதுதான் அழகு. மொட்டைக்கை சிறப்பு அல்ல. ஏன் இப்படி இருக்கிறே? பெந்தகோஸ்ட்' ஆகப் போறியா என்றெல்லாம்.

நான் சொல்வேன் - 'எனக்கு வளையல் போடப் பிடிக்கவில்லை. நீங்கள் வளையல் போட்டிருப்பது என்னை உறுத்தவில்லை; அதே போல, நான் போடாதது ஏன் உங்களை உறுத்த வேண்டும்? உங்களை வளையல் அணிய வேண்டாம் என்று நான் சொல்லவில்லையே' என்று.

கிட்டத்தட்ட அதே போல இப்போது அனுபவிக்கும் விசயம் என்றால், கராத்தே' கற்றவள் என்பது. 'ஐயோ, கராத்தே தெரியுமா. பத்தடி தள்ளியே நின்னுக்குறேன்' ஏதோ ஜோக்கடிப்பதாக நினைத்து தன்னைத்தானே படு கேவலமாக தாழ்த்திக் கொள்வார்கள்.

கராத்தே' தெரிந்தவர்கள் எல்லாரையும் எப்போதும் அடித்துக்கொண்டே இருப்பது மாதிரியும், இவர்கள் நம்மிடம் அடிவாங்கும் கேவலத்தை ஒவ்வொரு நொடியும் செய்யத் துணிந்தவர்கள் என்பது மாதிரியும். கேவலத்தைச் செய்தால் அடிக்க, கராத்தே தெரிந்திருக்க வேண்டும் என்கிற அவசியம் இல்லை; அந்த கேவலமே போதுமானது.

எனது நடை உடை பாவனை என்பது சிறுவயதிலிருந்து இப்படித்தான். என்னை இளவயதிலிருந்தே அறிந்தவர்களுக்கு இது தெரியும்.

'பிருந்தாவுக்கு அப்படியே அவள் அப்பாவினுடைய நடை' என்று சொல்லிச் சொல்லியே, நடை பதிந்து விட்டது.

விபத்தில் காலுடைந்த பிறகு இன்னும் தத்து' நடையாகப் போய்விட்டது.

நான் மகள் இருவருமே கராத்தே கற்றவர்கள். என்னையும் மகளையும் ஒருசேர பார்த்தாலே, நான் Tom Boy தன்மை, மகள் Feminine தன்மை - 'நடை, உடை, பாவனை' என்பது வேறு; ஒரு கலையைக் கற்றுக் கொள்ளுதல் என்பது வேறு - என்பது புரியும். நமது விருப்பம், நாம் கற்பவைகளிடம் நம்மைக் கொண்டு சேர்க்கிறது.

தாகமுள்ளவன் நதியைத் தேடுகிறான்; நதியும் தாகமுள்ளவனையே

பிருந்தா சேது

தேடுகிறது என்பதைப் போலத்தான் இதுவும். நம் உள்ளார்ந்த தேடல் கொண்டு சேர்க்கிற இடம் இது.

ஃ

அப்போது நான் சேலம் - அரசினர் மகளிர் மேநிலைப் பள்ளியில் எட்டாவது படித்துக் கொண்டிருந்தேன். பெரியம்மா எனக்கு ஒரு கைக்கடிகாரத்தைப் பரிசளித்தார்கள். அதுதான் எனது முதல் கைக்கடிகாரம். 'முதல்' என்பதால் மிகவும் அழகான ஒன்றாக மனதுக்கு இருந்தது. மேலே கண்ணாடி பதித்த, நீல நிற டயல்' உள்ள வெள்ளி நிற உலோக கைக்கடிகாரம்.

எங்களது பள்ளியில், ஒரு வகுப்பிலிருந்து இன்னொரு வகுப்பிற்குப் போகும் வழிநடை நெடுக நிறைய தூண்கள் இருக்கும். நான் கை வீசி நடக்கும்போது குறைந்தபட்சம் வாரம் ஒருமுறையாவது கைக்கடிகாரம் தூணில் பட்டு, கண்ணாடி சிதறி விடும். கண்ணாடி மாற்றிய காசுக்கு இன்னொரு கைக்கடிகாரமே வாங்கி விடலாம் போல, அத்தனை முறைகள் கண்ணாடி உடைந்தது போனது.

இது தொடர்ந்து நடக்க, வீட்டினர் பாராட்டு (!?) தாங்காமல், இதை எப்படியாவது சரி பண்ணிக் கொள்ள வேண்டும் என்று குத்துனூண்டு அறிவு வளர்ந்து - கைக்கடிகாரத்தை மேல் நோக்கிக் கட்டாமல் மணிக்கட்டுப் பக்கம் திருப்பி, உள்ளங்கைப் பக்கம் கட்ட ஆரம்பித்தேன். தூணில் இடிபட்டாலும் கைக்கடிகாரத்தின் வார்தான் லேசாய் சிராய்க்குமே யொழிய, கைக்கடிகாரத்தின் கண்ணாடி தப்பித்தது.

ஃ

எனது எல்லா அநிச்சை செயல்களுமே கொஞ்சம் மெதுவாகத்தான் இருக்கும். சின்ன வயதில் மேலூர் வீட்டில், படிக்கட்டில் இடப்பறம் திரும்ப மறந்து, நேரே சென்று விழுவது; இப்பவரை மேஜையருகே குனியும் போது 'தடாலென்று இடித்துக் கொள்வது; தாளிக்கும்போது, சுதாரிக்கும் நகரும் முன், கடுகு தெறித்து கண்முடி பொசுங்குவது; குக்கருக்குப் பின்னால் உள்ள மளிகைகளை எடுக்க, குக்கர் சூடாக இருப்பதை மறந்து, குக்கரைக் கட்டிப் பிடித்து எடுக்க முயன்றதில் முழங்கைகளில் ஆங்காங்கே சூடுபட்டத் தழும்புகள், இப்படி.... அப்புறம் சற்றே அறிவு தெளிந்து, மளிகைப் பொருட்களை இடம் மாற்றி வைத்தாலும் கூட, வேறு

விதமாக விழுப்புண்கள் ஏற்பட்டன. எதாவது ஐடியாக்கள் செய்து அடிபடாமல் தப்பினேனே தவிர, அடிபட்டுக் கொள்ளும் தன்மை என்பது இருந்து கொண்டே இருந்தது.

'தாரே ஜமீன் பர்' பார்த்துவிட்டு, ஒருவேளை டிஸ்லெக்ஷியா பேஷண்ட்டோ என்று கூட சந்தேகம் வந்தது. ஆனால், பள்ளிக் காலத்தில் கேட்சிங் எல்லாம் பிரச்சினையே இல்லை. கேம்ஸ் பீரியட்டில் வளையம் தூக்கிப் போட்டு விளையாடியதிலோ, ஷாட் புட்'டிலோ சோடை போனதில்லை. ஷாட் புட் யார் மேலும் தவறி விழுந்ததில்லை; டீச்சர் குறித்த எல்லையிலேயேதான் சென்று விழுந்திருக்கிறது.

எப்போதும் ஏதோ ஒருவித ஆழ்ந்த கனவு கவிதை மனோநிலையிலேயே இருப்பது போல அல்லது இப்படியும் சொல்லலாம் - துளியும் விழிப்புணர்வு அற்ற நிலை. எல்லாருக்கும் சாதாரணமாக இருக்கும் விழிப்புணர்வு நிலையை - நான் அடைய, எல்லாரையும் விட இன்னும் கொஞ்சம் அதிகம் உழைக்க வேண்டும் என்று மட்டும் புரிந்தது. ஏதேனும் ஒரு தற்காப்புக் கலையைக் கற்க வேண்டும் எனத் தோன்றியதற்கு இது ஒரு காரணம்.

மகளுக்கு ஐந்து வயதிருக்கும். ஒருநாள் விடுமுறை நாளில் எல்லா வேலைகளும் முடித்த களைப்பில், தரையில் படுத்திருந்தேன். மகள் சோஃபாவிலிருந்து, அப்படியே நீச்சல் குளத்தில் டைவ்' அடிப்பது போல வயிற்றில் குதித்தார்.

அப்புறம் பிறகொருநாள் அவர் விளையாட்டாக விட்ட 'கும்மாங் குத்தில்' குடலே வெளி வந்துவிடும் போல வலித்தது.

ஏற்கெனவே அநிச்சை செயல்களில் மெதுவாக இருந்த எனக்கு இதெல்லாம் இன்னும் அதிகக் கலக்கம் கொடுத்தது. இந்தக் குறும்புக்கார மகளின் தாக்குதல்களில் இருந்து அடிபடாமல் தப்பிக்க நான் எதாவது தற்காப்புக் கலையில் சேர வேண்டும் என்று தோன்றியது.

எப்போதும் மகளுக்கு - மன நலத்திற்கு ஒன்று, உடல் நலத்திற்கு ஒன்று என அப்படித்தான் திட்டமிட்டிருந்தேன். ஆடல் கலை பயிற்சி வகுப்புகளுக்குச் சென்று பார்த்தபோது, அங்கு வெகு இயல்பாகத் தொடுகை அத்துமீறல்கள் இருந்தன. தொடுகை பற்றிய அறிதல் இல்லாமல், அத்துமீறலை இயல்பான தொடுதலாகப்

பழகிக்கொள்வது வருத்தமளித்தது. எனவே, தற்காப்புக் கலைக்கு அனுப்பலாம் எனத் தேடியபோது, மனதிற்கிசைவாகக் கிடைத்த, *BTF (Born To Fight - a place of positive vibration)* இஷ்ன்ர்யு கராத்தே வகுப்பில் சேர்த்தேன். வாரத்திற்கு இரண்டு வகுப்புகள். இரு வாரங்கள் வகுப்பு தொடங்கி முடியும்வரை உடன் இருந்தேன். கண்ணாடிக் கதவு வழியாகப் பிள்ளைகள் செய்யும் உடற்பயிற்சிகளை, காத்திருக்கும் இடத்திலிருந்து பார்க்க முடியும்.

பொதுவாக சின்ன வயதில் குழந்தைகள் எல்லாருக்கும் டிரைவர் ஆக வேண்டும் அல்லது போலீஸ் ஆக வேண்டும் என்பதான விருப்பங்கள் இருக்கும். அப்படி எனக்கும் இருந்தது. பிறகு இராணுவத்தில் சேர வேண்டும் என்பதான ஆசை வந்தது. எல்லாம் ஆசை என்ற அளவிலேயே இருந்தது. வாழ்வின் போக்கு வேறாக இருந்தது. இப்போது என் வாழ்வின் சுக துக்கங்களுக்கு நானே பொறுப்பாக இருக்கும்போது, ஏன் கராத்தே கற்றுக் கொள்ளக் கூடாது என்று தோன்றிற்று.

மாஸ்டரிடம் கேட்டேன். ‘ஓ கத்துக்கலாம் மேடம்’ என்றார். ஆனால், கராத்தே கற்றுக் கொள்ளும்போது கராத்தே உடைதான் அணிய வேண்டும் என்றார். எனக்கு அந்த உடையை அணிவதில் மிகுந்த மனத் தயக்கம் இருந்தது; பயிற்சிகளில் ‘ஃப்ராக் ஜம்ப்’ செய்யக் கூச்சமாக இருந்தது; கண்ணாடி கதவு வழியாக வேறு யாரும் பார்ப்பார்களே என்கிற வெட்கம் பயங்கரமாக இருந்தது.

கராத்தே என்றால் ‘வெறும் கை’ என்று பொருள். தாக்க வருபவர்களை வெறும் கையால் தடுப்பது; தற்காப்பிற்காகத் தாக்குவது. உடலே ஆயுதம். உடலைக் கூர் தீட்டுதல்.

கராத்தே’யின்போது அணியும் உடை, முன்னோர்களை வணங்கிக் கற்றலை ஆரம்பிப்பது எனப் பாரம்பரிய புனிதத்தைக் கராத்தே’யில் கடைப்பிடித்தே ஆக வேண்டும் என்பதைப் போகப் போகப் புரிந்து கொண்டேன். கற்க கற்கத்தான் கராத்தே’ என்பது உடலைப் பலப்படுத்துதல் மட்டுமல்ல, உடல் வழியாக மனதைப் பண்படுத்துவது என்பதை உணர்ந்தேன்.

எல்லாரும் நினைப்பதுபோல, கராத்தே’ என்பது ‘தற்காப்புக் கலை’ மட்டுமல்ல; அது ஒருவகை தியானம். கண்களைத் திறந்துகொண்டே செய்கிற தியானம்தான் கராத்தே.

சில விசயங்கள் அது சரியோ தவறோ நம் மனதில் நாமறியாமல்

கராத்தே கற்றுக் கொள்வதால், மென்மைத் தன்மை போய்விடுமோ என்கிற கற்பிதம் இருக்கிறது. உண்மையில், நாம் என்னவாக இருக்கிறோமோ, அதை அப்படியே கராத்தே இன்னும் நுணுக்கமாகக் கூர்மைப் படுத்தித் தரும். வெண்டைக்காய் செடியை இன்னும் கவனமாக பார்த்துக் கொள்வதால், அது புடலங்காய் கொடியாக மாறிவிட முடியாது. அப்படித்தான் கராத்தே கற்றுக் கொள்வதால், நாம் நமது தன்மையில் இன்னும் ஃபிட்' ஆவோமே தவிர, முரட்டுத்தனமாக ஆகிவிட மாட்டோம். சொல்லப்போனால், நமது முரட்டுத்தனங்கள் எல்லாம் கராத்தே'யில் 'முறை' படுத்தப்பட்டுவிடும்.

பதிந்து போய்விடும். கராத்தே' என்றவுடன் செங்கல் உடைப்பதும், பல்லால் லாரியைக் கயிறு கட்டி இழுப்பதும் இப்படித்தான் நினைவுக்கு வரும். கராத்தே கற்றுக் கொள்வதால், மென்மைத் தன்மை போய்விடுமோ என்கிற கற்பிதம் இருக்கிறது. உண்மையில், நாம் என்னவாக இருக்கிறோமோ, அதை அப்படியே கராத்தே இன்னும் நுணுக்கமாகக் கூர்மைப் படுத்தித் தரும். வெண்டைக்காய் செடியை இன்னும் கவனமாக பார்த்துக் கொள்வதால், அது புடலங்காய் கொடியாக மாறிவிட முடியாது. அப்படித்தான் கராத்தே கற்றுக் கொள்வதால், நாம் நமது தன்மையில் இன்னும் ஃபிட்' ஆவோமே தவிர, முரட்டுத்தனமாக ஆகிவிட மாட்டோம். சொல்லப்போனால், நமது முரட்டுத்தனங்கள் எல்லாம் கராத்தே'யில் 'முறை' படுத்தப்பட்டுவிடும்.

டைல்ஸ் உடைப்பது, கை மேல் லாரி ஏற்றுவது அதெல்லாமே ஒரு குறியீடு. நாமறியாமலேயே, நமக்குள்ளேயே நம்மைப் பற்றி இருக்கிற ஆயிரம் மனத்தடைகளை உடைத்து, நம்மை நமக்கே வெளித்தெரிய வைப்பதைத்தான் கராத்தே செய்கிறது. உடம்பு என்கிற கருவி வழியாக, நமது மனதைப் பலப்படுத்துகிறது.

வாரத்திற்கு இரு தினங்கள் வகுப்பு; மாதத்திற்கு எட்டு நாட்கள். விரும்பினால் எத்தனை வகுப்புகள் வேண்டுமானாலும் வரலாம்; மழை, புயல், ஏன் உலகமே இடிந்து விழுந்தாலும் வகுப்பு நடக்கும்.

மாஸ்டருக்கு கராத்தே மீதிருந்து தீவிரத்தை இவை காட்டின.

அப்போதெல்லாம் சனிக்கிழமை மதியம் எங்களுக்கு அலுவலகம் விடுமுறை என்பதால், நான் முதலில் சனிக்கிழமை மற்றும் ஞாயிறு மதிய வகுப்பில் சேர்ந்தேன். இருக்கும் ஓர் ஓய்வு நாளையும் பணயம் வைப்பதாக இது இருந்தது. வேலைக்குச் செல்பவர்களுக்குத் தெரியும். அந்த ஒரு நாளில்தான், வார நாட்களில் விட்டுப்போன வீட்டு வேலைகள் மொத்தமும் செய்ய இருக்கும். கையால் துவைக்க வேண்டிய துணிகள், இட்லி மாவு அடைக்கு மாவரைத்து வைப்பது, வீட்டைச் சுத்தம் செய்வது, பாத்ரூம் கழுவுவது, சோஃபாவில் குவிந்திருக்கும் துணிமணிகளை மடிப்பது, வரும் வாரத்திற்கான துணிகளை அயர்ன் செய்து வைப்பது இப்படி...

எனக்கு அப்போது 24/7 வேலை என்பதால், இதற்கும் பெரும் இடையூறு வந்தது. சனிக்கிழமை மதிய வகுப்பில் நுழைந்ததும், சரியாக அலுவலகத்தில் கூப்பிடுவார்கள். போய்விடுவேன். பார்த்தேன். இது வேலைக்காவாது என்று மாஸ்டரிடம் பேசி, காலை வகுப்பில் சேர்ந்தேன். ரித்திகாவை பள்ளியில் விட்டவுடன் 8 - 9 மணி வகுப்பு. முடிந்ததும் அலுவலகத்திற்கு தயாராக வேண்டும். கொஞ்சம் ஓட்டம்தான். அந்த இரு தினங்களிலும் எளிதாக சமைக்கக் கூடிய உணவுகளைத் தேர்ந்தெடுத்தேன். அல்லது உடனடி உணவுகள். மூன்றரை வருடங்களாக கராத்தே வகுப்பிற்குச் சென்றது இப்படித்தான்.

ஒரு விசயத்தை செய்ய முடிவெடுத்து, தொடர்ந்து இடைவிடாமல் செய்வது என்பது அத்தனை சுலபமல்ல; எத்தனையோ இடையூறுகள்; விசுவாமித்திரரின் தவம் கலைக்க வரும் அத்தனை மேனகைகள்; நமக்குள்ளேயே இருக்கும் வளையாத்தனங்கள்; சோம்பேறித்தனங்கள்; சிறிய தயக்கங்கள்; எதைச் செய்ய நினைக்கிறோமோ, அதைவிட முக்கியமாய்த் தெரியும் மற்ற காரியங்கள்; தவிர்க்க வேண்டி வரும் தவிர்க்கவியலா செயல்கள்; எத்தனை நண்பர்களை சந்திக்க - தட்டிப் போனது, எத்தனை முக்கிய நிகழ்ச்சிகளுக்கும் செல்ல முடியாமற் போவது, வேறெதுவுமற்று நாம் அதுவாகவே மாற - மற்ற அத்தனையையும் இழந்து நிற்பது.

வகுப்பு போகத் தொடங்குவதற்கு முன்பும் - என்னால் முடியுமா, செய்வேனா, என்னென்ன நடைமுறைச் சிக்கல்கள் வரும்; எப்படி

எதிர்கொள்வது என ஆயிரத்தெட்டு யோசனைகள் வந்தன.

உண்மையில் கராத்தே உடை அணிவதும் பிறர் பார்வைகளும் அல்ல, அவை குறித்த எனது எண்ணங்களே எனக்குத் தடை. இதை உணர்ந்து கொண்டால், எதிலிருந்தும் வெளிவருவது எளிது. வந்தேன். ஃப்ராக் ஜம்ப் வாரமிருமுறை வகுப்பில் பயிற்சியின்போது செய்ய, தினமும் வீட்டிலும் பயிற்சி செய்தேன். செய்ய வேண்டும் என நாம் முடிவெடுத்துவிட்டால் போதும்; எப்படியும் செய்துவிடுவோம்.

கராத்தே வகுப்பில் சேர்ந்த இரண்டாவது வாரம். மூன்றாவது வகுப்பு - முதலிரண்டிலும் 'பஞ்ச் பேக்கில்' குத்துப் பயிற்சி செய்தது போல, இப்போது எப்படி 'கிக்' பண்ணுவது என மாஸ்டர் சொல்லிக் கொடுத்தார். இடுப்பு உயரம் காலைத் தூக்கி நிதானித்து, பஞ்ச் பேகில் ஓங்கி உதைக்க வேண்டும். இரண்டு மூன்று நான்காவது கிக்'கின்போது ஆர்வக் கோளாறில், இன்னொரு காலை சரியாக ஊன்றாமல், மற்றொரு காலால் கிக்' செய்த வேகத்தில், சரேலென வழுக்கி, பறந்து அப்படியே மல்லாக்க விழுந்தேன். ஒரு நிமிடம் என்ன நடந்ததென்று புரியவில்லை. அப்படியே கிடந்தேன். பிறகு எழுந்து அமர்ந்து கையைக் காலை உதறி ஒன்றுமில்லை என்று உணர்ந்த பிறகு வீட்டிற்குக் கிளம்பிப் போய்விட்டேன். அன்றைய வகுப்பு அவ்வளவுதான்.

மாஸ்டர் இன்றைக்கும் சொல்வார் 'நான் ஒரு நிமிசம் பதறிப் போயிட்டேன் மேடம். அன்னிக்கு மட்டும் விழுந்ததும் நீங்க போய்ட்டு, மறுபடி அடுத்த க்ளாஸ் வரவில்லை என்றால், நான் பெண்களுக்குக் கற்றுத் தர வேண்டும் என்பதைத் தொடர்ந்திருக்க மாட்டேன்; ஏன்னா பெண்கள் பொதுவா இப்படி வகுப்புகளுக்கு வர மாட்டாங்க; வந்தாலும், எதாவது ஒன்னுன்னா வகுப்பிற்கு வருவதையே நிறுத்திடுவாங்க' என்று.

எங்கள் கராத்தே வகுப்பில் எனக்கப்புறம் சேர்ந்த எவ்வளவோ பெண்களிடம் நான் '*console & convince*' பண்ணுவேன். பிள்ளைகள் படிப்பு, கணவர் வேலை, வீட்டை விட்டு வாரத்தில் இரண்டு நாட்கள் கூட தனக்கென ஒதுக்க முடியாத குடும்பப் பிண்ணனி என ஆயிரம் ஆயிரம் காரணங்கள் தமக்கு விருப்பமான கராத்தே'யை கற்றுக்கொள்ளாததற்கு ஒவ்வொருவருக்கும் இருக்கும்; ஆனால், ஒரே ஒரு காரணம்தான் கற்றுக்கொள்வதற்கு - என்ன ஆனாலும் எதனாலும் தடை படாமல் கற்றுத் தேர்வேன் என்கின்ற மன

உறுதிதான் அது.

ஆனால், நாட்கள் செல்லச் செல்ல நான் இன்னொன்றையும் உணர்ந்தேன். வளர்ந்த பெண்கள் திருமணமான பெண்கள் மட்டுமல்ல, வேலைக்குச் செல்லும் கல்லூரிக்குச் செல்லும் ஆண்களிடமும் இதேவிதத் தயக்கம் கூச்சம் பயம் உள்ளது என்பதை. ஆம்; அவர்களோடும் அதைப் பற்றி நான் பேச ஆரம்பித்தேன்.

கூச்சம், தயக்கம், பயம் என்கிற உணர்வுகள் ஆண் பெண் இருவருக்கும் பொதுவானது; இல்லாவிடில் இத்தனை சுதந்திரம் உள்ளதாக நம்பப் படுகிற ஆண்கள் இந்நேரம் எவ்வளவோ சாதித்திருக்க முடியும்தானே?! அந்தத் தயக்கத்தை உடைத்து நம்மிடம் பேசும் நம்பகத் தன்மை வரவும், நம்மை அதைப் பற்றி எல்லாம் உரையாட அனுமதிப்பதுமே பெரும் சவாலாக இருந்தது. அது மிக முதலில் மட்டுமே. கடல் அலைகள் போலத்தான்; ஆண்கள் பெண்களுக்கும் நடுவே உள்ள அலைகளைத் தாண்டிவிட்டால், இருவருமே கடல்தான். ஒத்த உயிரினம்தான்.

முதலில் பெண்கள் மட்டுமே உள்ள வகுப்பு என்பது மாறி, வளர்ந்த ஆண்கள் மற்றும் பெண்கள் இருக்கிற வகுப்பாக எங்கள் வகுப்பு ஆனது. மிக அற்புதமான நண்பர்கள் கிடைத்தார்கள். மாசூமி' என்கிற அஸ்ஸாமி பெண் அதிலொருவர். என்னைவிட வயதில் மூத்தவர். வயலின் வாசிப்பார். கவிதைகள் எழுதுவார். பரிச்சயமான ஆரம்ப காலத்தில், அவரது அஸ்ஸாமி கவிதையை எனக்கும் எனதை அவருக்கும் கொஞ்சம் ஹிந்தி, கொஞ்சம் உடைந்த ஆங்கிலம் மற்றும் சைகைகள் வழியாக உணர்த்தியது அழகான தருணம்.

பரத நாட்டியத்திற்கும் கராத்தேவுக்கும் நிறைய ஒற்றுமைகள் உண்டு. நாங்கள் கீபதாஜி என்று சொல்வோம்; அவர்கள் அரைமண்டி என்பார்கள். அவர்களின் கை வீச்சு, கால் வீச்சு, கராத்தேவின் அதே உறுதியைப் போன்றேதான் இருக்கும். பரத நாட்டியம், வயலின், கராத்தே மூன்றையும் கலந்து ஒரு 'பெர்ஃபார்மன்ஸ்' செய்ய வேண்டும் என எனக்கும் மாசூமிக்கும் ஒரு கனவு இருந்தது.

ஒருமுறை, ஒரு காலேஜ் பையன், ஆள் போன்ற தோற்றத்தில் இருந்ததால், அவர் குடும்பம் அவருக்கு எத்தனை பிள்ளைகள் என்றெல்லாம் கேட்டு, கடைசியில் அவர் காலேஜ் படிக்கிற

பையன் என்றறிந்து, நானும் மாசூமியும் 'பல்பு' வாங்கினோம். பிறகு ஒரு குஜராத்திக்காரர் சிறு பையன் போன்ற தோற்றம். முந்தைய அனுபவம் காரணமாக, ரொம்ப முன் ஜாக்கிரதையாக, எந்த காலேஜ் படிக்கிறார் என்று கேட்டால், அவரோ திருமணமாகி இரண்டு குழந்தைகளுக்கு தந்தை என்றார். மறுபடியும் 'பல்பு'.

மாசூமியின் அபார்ட்மெண்ட்டில் கராத்தே டெமோ வைத்தோம்; அதற்காக கதை அல்லது காட்சி யோசிப்பது சுவாரசியமாக இருக்கும். பேருந்தில் ஒரு பெண் பயணிக்கிறாள்; ஒருவன் இடிக்கிறான்; இவள் அடித்துத் துவைப்பது. பேருந்து நிலையத்தில் ஒரு பெண் காத்திருக்கிறாள்; ரவுடி பசங்கள் வம்பு பண்ணுகிறார்கள் அல்லது பர்சை பிடுங்கிக் கொண்டு ஓடுகிறார்கள். இப்படி.

சிறிய கைப்பை போன்ற எனது பர்சே - என் வீட்டுச் சாவி, எங்களது கேட் சாவி, அலுவல சாவி என குண்டாகவும் கனமாகவும் இருக்கும். மாசூமி, 'பர்சை பிடுங்கும் பசங்களிடம் நாம் சண்டையே போட வேண்டாம் மாஸ்டர்; பிருந்தாவின் கைப்பையால் ஓங்கி அடித்தாலே போதும் செத்துவிடுவான்' என்பார்.

எங்களது அலுவலகத்தில் மற்றும் கல்லூரியில் டெமோ வைத்தோம். அதில் மாசூமி நெருப்பு மூட்டிய டைல்ஸை உடைப்பதும், நான் தலையால் 6 டைல்ஸை உடைப்பதும் செய்தோம்.

குழந்தைகளுக்கான கராத்தே வகுப்பில் கராத்தே தவிரவும் சுவாரசியமான பயிற்சிகள் இருக்கும். கரெண்ட் கட் ஆகிவிட்டால், வகுப்பு தடைபடாது; கண்ணைக் கட்டிவிட்டு நேராக நடந்து எதிர் இருப்பவரிடம் பொம்மையைத் தருவது போன்ற பயிற்சிகள் அதற்கு இவ்வளவு மதிப்பெண், இத்தனை மதிப்பெண் பெற்றால், ஒரு பேட்ஜ் அல்லது எதாவது பரிசு என்று இருக்கும்.

எங்களுக்கும் இதுபோன்ற போட்டிகள் பரிசுகள் கிடையாதா என்று நானும் மாசூமியும் கேட்போம். எங்கள் மாஸ்டர் நுன்சாக்கு சுற்ற ஆரம்பித்தால், புரூஸ்லி போல சுழற்றுவார். மூன்று கம்பியுள்ள நுன்சாக்குவே எளிதாகச் சுழற்றுவார். எங்கள் அனத்தல் தாங்காமல் ஒரேயொரு முறை போட்டி வைத்தார். அவரது ஃபோன் ஸ்டூல் மேல். அவர் நுன்சாக்கு சுழற்ற அடி படாமல் சென்று ஃபோனை எடுக்க வேண்டும். எடுத்தால், ஃபோன் (ரூபாய் நாற்பதாயிரம்)

அவர்களுக்கே தருவதாகச் சொன்னார். எல்லாரும் தோற்க, நான் ஃபோனை எடுத்து வெற்றி பெற்றேன். ஆனால், ஃபோனைத் தரவில்லை என்பது வேறு விசயம்.

வகுப்பில் பயிற்சியின்போது 'குமிதே' யில் எதிராளியிடம் நான் பொத்து பொத்தென்று அடி வாங்குவேன். என்னை அடிக்கச் செய்ய மாஸ்டர் கடும் பிரயத்தினம் செய்ய வேண்டியிருந்தது.

கராத்தே'யில் ஸ்ட்ரெச் எக்ஸர்ஸைஸ் தவிர 'கட்டா' என்கிற வகைமைதான் முக்கியமானது. அதுதான் கண்களைத் திறந்து கொண்டே செய்கிற தியானம்; இன்னொரு விதமாகச் சொன்னால், நகர்ந்து கொண்டே செய்கிற தியானமும் ஆகும்.

டோஜோ'வில் (கராத்தே செய்யும் இடம்) ஒரு சுவர் முழுக்க கண்ணாடிதான். நாம் உள்ளே நுழைந்து நமது முழு உருவத்தையும் பார்ப்பதே நமக்கு நேர்மறை உணர்வைத் தரும். அந்த உணர்வு நமது ஆளுமையில் அப்படியே வெளிப்படும். எங்கள் பதின் பருவத்தில், வீடுகளில் நம் உயரத்திற்கு எக்கி நெற்றியை மட்டும் பார்த்து, பொட்டு வைக்கத்தான் சிறிய கண்ணாடிகள் இருக்கும். அதில் ஒரு நொடி அதிகமாய் பார்த்துவிட்டால் கூட, வயசுப்பிள்ளை என்ன அடிக்கடி கண்ணாடி பார்க்கிற என்று அதட்டுவார்கள். உண்மையில் நமது ஆளுமையில் கண்ணாடி பெரும்பங்கு வகிப்பதை மறுக்கவே முடியாது.

2013 மே' மாதம் நான் ப்ளாக் பெல்ட் கேம்ப் போவதாக இருந்தது. மாஸ்டர் வெகு தீவிரமாய் என்னைத் தயார் செய்தார். நான் எனது வகுப்புகள் தவிரவும் முடிந்தபோதெல்லாம் மிகுதி வகுப்புகளும் வந்தேன். ஒவ்வொரு நாளும் ஒவ்வொரு விதமாய் சென்றது. ஒரே பவர் எக்ஸெர்ஸைஸை 100 முறை செய்வது, ஒவ்வொரு கட்டா'வையும் பலமுறை செய்வது, ஒரு கட்டா' புலி வேசம் கட்டியது போல இருக்கும் - அதன் குதித்துத் திரும்புதலை மட்டுமே ஒரு வகுப்பில் 100 முறை செய்வது, வராத கட்டா'வே இருக்கக் கூடாது என்று ஒவ்வொரு கட்டா'வையும் இன்னும் இன்னுமென தீர்க்கமாகச் செய்ய வைத்தார்.

கராத்தே மாஸ்டரிடம் ஒரு ராயல் என்ஃபீல்ட் பைக் இருந்தது. அதில் ஹெட்லைட் மேலுள்ள கண்ணாடியில் *Do or Die Do* என்று எழுதி இருக்கும். அதுதான் அப்படித்தான் எங்கள் மாஸ்டர்.

கராத்தே'யில் கட்டா' தவிரவும் முக்கியமாகச் செய்வது, அடி

படாமல் தப்பிக்கும் மற்றும் அடியைத் திருப்பி அடித்தவர்களையே தாக்கும் விதவித டெக்னிக்'குகள் - நமது தலையை முடியைப் பிடித்தால் எப்படி விடுபட்டுத் தாக்குவது, கையை ஒரு கையால் பிடித்திருந்தால் எப்படி விடுவிப்பது, இரு கைகளால் பிடித்தால் எப்படி விடுவித்துக் கொள்வது போன்றவை இருக்கும்.

நான் இவற்றில் என்னை திறம்பட உணர்ந்ததும், சரி கராத்தே' க்ளாஸ் தவிர யாரிடமாவது இதைப் பிரயோகித்துப் பார்ப்பது என விரும்பினேன். அப்போது பிரவுன் பெல்ட்டில் இருந்தேன்.

அலுவலகத்தில் எங்கள் உதவியாளர் சரவணன் என்ற உழைப்பால் உயர்ந்த உத்தமன். ஆறடி உயரம் ஆஜானுபாகுவான தோற்றம். அவனிடம் பேசி சம்மதம் வாங்கி, என் கேபின் கதவைச் சாத்தி,

'என் கையைப் பிடி சரவணா';

'மேடம் எதாவது பிரச்சினையாகிடப் போவுது'

'ஆவாதுப்பா. நானேதானே சொல்றேன்'

அவன் 'மேடம் நான் கையை விடணும்கிறதுக்காக, என்னை வேற எங்கையாவது உதைச்சிட மாட்டீங்களே'

'இல்லப்பா நீ கையைப் பிடி; இறுக்கமா பிடி; நான் லாக் ரிலீஸ் பண்ணிக் காட்றேன்'

அவன் கையைப் பிடித்தான். உடும்புப் பிடி. ம்' ம்' ம்' என்னால் எவ்வளவு முயன்றும் முடியவேயில்லை. எனக்குக் கண்ணீரே வந்துவிட்டது. பிறகுதான் தெரிந்தது, அவன் ஆறேழு வயதிலிருந்து மம்பட்டிப் பிடித்த கையாம். காட்டுவேலைகள் செய்து உரமேறிய கைகள். நான் பாத்திரம் கழுவியது தவிர வேறு முரட்டு வேலைகள் செய்ததே கிடையாது. கடைக்குட்டி என்பதால், இன்னும் செல்லம் வேற.

'ஹைய்யோ, கத்துகிட்ட கராத்தே எல்லாம் வேஸ்ட்டா' என என் மனம் புலம்பியது; இல்லை, பலம் பலத்தோடு மோதுவதல்ல. பலத்தை அதன் பலவீனத்தில் பிரயோகிப்பது என்பது பின்னாளில் புரிந்தது. மேலும் சொல்லி வைத்துக்கொண்டு தாக்குவதல்ல; எதிர்பாராதத் தாக்குதல் நடத்துவது என்றும் மனம் தெளிந்தது.

ஃ

2012 நவம்பரில் என் மாமா (அக்காள் கணவர்) எதிர்பாராத

விபத்தில் மறைந்து போனார். 2009இல் எனது ‘வீடு முழுக்க வானம்’ கவிதைத் தொகுப்பிற்குப் போல மாமா அக்கா பிள்ளைகள் அம்மா என மொத்த குடும்பத்தினரும் உடனிருக்க ‘ப்ளாக் பெல்ட்’ வாங்க வேண்டுமென்ற எனது கனவு பொய்த்துப் போனது. அதைத் தாங்க முடியாமல், 2013 மே மாதம் சென்றிருக்க வேண்டிய ப்ளாக் பெல்ட் காம்ப்பிற்கு ‘என்னால் முடியாது; டிசம்பரில் செய்கிறேன்’ என்று மாஸ்டரிடம் சொல்லிவிட்டேன்.

2013 ஆகஸ்ட்டில் நானும் மகளும் ட்ரம்ஸ் க்ளாசிற்கு, டூவீலரில் போகும்போது ஒரு கறுப்பு நாய் குறுக்கே வர, நாய்க்கு விபத்து நேராமல் தடுக்க, இரண்டு பிரேக்கையும் இறுக்கிப் பிடித்ததில் வண்டி எகிற, நான் கீழே விழ, பின்னாலிருக்கிற மகளுக்கு எதுவும் நேர்ந்து விடவில்லையே என்று திரும்பிப் பார்த்த நொடிக்கும் குறைவான நேரத்தில், வண்டி என் காலின் மேலேயே விழ, மல்ட்டிபிள் ஃப்ராக்சர். மிக எதிர்பாராத விபத்து. விழுந்ததுமே ‘ஹையோ! மொதோ நாமளா தள்ளிப் போட்டோம்; இப்ப அதுவா தள்ளிப்போகுதே’ என்று ப்ளாக் பெல்ட் கனவு மின்னலடித்துப் போனது. எழுந்து நடப்பேனா என்பதே சந்தேகம். இதில் இதைப் பற்றி யெல்லாம் யோசிக்கக் கூட முடியாது.

ஆனால் ஸ்டிக் வைத்து நடக்க ஆரம்பித்தவுடனேயே டாக்டரிடம் இது பற்றிக் கேட்டேன். ‘அது உங்க முயற்சியைப் பொறுத்தது’ என்று சொல்லி விட்டார்.

வாழ்க்கையில் வேறெப்போதும் எனது கால்களை இத்தனை முறை பார்த்ததில்லை: இத்தனை காதலோடும் கவனத்தோடும் இருந்ததில்லை. உடம்பை அற்புதம் என்றெல்லாம் யோசிக்கத் தோன்றவில்லை; ஆனால் எத்தனை அத்யாவசியம் என்று புரிகிறது. உடைந்ததும், ஒட்ட வைத்ததும், ஒட்டியதும் பேராச்சரியமாக இருந்தது.

ஒவ்வொருவர் வாழ்விலும், வாழ்க்கையே போய்விட்டது மாதிரி சில கடுமையான சூழ்நிலைகள் வரத்தான் வரும். அதற்கு யாரும் காரணமாக இருக்க வேண்டுமென்று அவசியமில்லை. ஆனால் அதன் பாதிப்பு நம்மை தாக்காமல் பார்த்துக் கொள்ள வேண்டும். அதிலிருந்து எவ்வளவு சீக்கிரம் மீண்டு வெளி வர முடியுமோ வந்தால்தான், மீதி நம்முடைய வாழ்க்கையை வாழ முடியும்.

பிளாக் பெல்ட் கேம்ப்:

அத்தனை ஆண்கள் பெண்களில் நானும் மாசூமியும் ஆண்களில் இருவர் மட்டும்தான் வொய்ட் பெல்ட்டிலிருந்து ப்ளாக் பெல்ட் வரை தொடர்ந்து வந்திருந்தோம். மாசூமியின் இரு பதின் பருவ மகன்களோடு ப்ளாக் பெல்ட் கேம்ப் அட்டகாசமாய் இருந்தது.

வெவ்வேறு வகுப்புகளிலிருந்தும், எல்லா வயதுப் பிள்ளைகளும், எங்களோடு ப்ளாக் பெல்ட் கேம்பில் இருந்தார்கள். மொத்தம் இருபத்தைந்து பேர். 18 நாட்கள் தேர்வு. முதல் பதினைந்து நாட்கள் இத்தனை மாதங்கள் வருடங்கள் நாங்கள் கற்றுத் தேர்ந்து வந்திருந்த அனைத்து நிற பெல்ட்டின் சிலபஸையும் அதிகாலை 5 மணி தொடங்கி, மாலை மூன்று வரை செய்ய வேண்டும். கடைசி மூன்று நாட்கள் ப்ளாக் பெல்ட்டிற்கான தேர்வு.

பொதுவாக, நான் எப்போதும் வகுப்பில் மாஸ்டரிடம் முழு சரணாகதிதான். அவர் துரோணர் என்றால் நான் அர்ச்சுனர். கிணற்றில் குதி என்றாலும் கேள்வியே இல்லாமல் குதிப்பேன். ஆனால், ஏனோ எதனாலோ, பிளாக் பெல்ட் தொடங்கி ஓரிரு நாட்களில் ஒருமுறை குமிதே'யில் நான் கலந்துகொள்ள மாட்டேன் என்று அடம் பிடித்தேன். 'மேடம், ஒருநாள் குமிதே' செய்யலை என்றாலும் நீங்க ஃபெயில்தான்' என்றார் மாஸ்டர். ஏனோ நான் பிடிவாதம் செய்தேன்.

அன்று பொழுதே எனக்கு ஏதோ போல விடிந்திருந்தது. காலை எனது விபத்தான கால் என்பதறியாமல், ஒரு வாலண்டியர் என் காலில் கம்பால் ஓங்கி அடித்திருந்தார். சிறு பையன்தான் அவர். அவரிடம் விளக்கிச் சொன்னேன். இன்னொரு குட்டிப் பெண் ஃப்ராக் ஜம்ப் பண்ணும்போது, அவளது ஆஸ்த்துமா தூக்கி விட்டுவிட்டது. மூச்சிழைக்க ஆரம்பித்தாள். உடனடியாக ஃபர்ஸ்ட் எய்ட் செய்தோம். அவளோடு பேசிப் பேசி மதியம் சரியாகி விட்டாள். இதனாலெல்லாமோ என்னவோ, நான் குமிதே' செய்ய மாட்டேன் என்று மறுத்தேன்.

உண்மையில் ப்ளாக் பெல்ட் கேம்ப்பின் போது யாருக்கும் யாரிடமும் பேசிக் கொண்டிருக்க நேரமே இருக்காது. அடுத்தடுத்து என்று ஓடிக்கொண்டே இருப்போம். என்னோடு வாதம் புரிய விரும்பாமல் மாஸ்டர், அடுத்த ஜோடியை குமிதே'வுக்கு அழைக்க, அவர்கள் குமிதே' செய்யும்போது காலுயர்த்தித் தடுத்த 30 வயதுள்ளவருக்கு கட்டை விரல் முறிந்து போனது. உடனடியாக அவரைக் கூட்டிக்கொண்டு மாஸ்டர் ஆஸ்பத்திரிக்கு போக,

மற்றவர்கள் கேம்ப்பில் பயிற்சியைத் தொடர்ந்தோம்.

என்னவோ எனக்கு அந்த விபத்து எனக்கு நடந்திருக்க வேண்டியதோ என்று தோன்றிப் போனது. ஏனென்றால், எனக்குக் காலொடிவதற்கு முந்தைய வாரம் இது போன்ற சில நிகழ்வுகள் நடந்தன; ரித்திகா தனது பள்ளியில் ஸ்கேட்டிங் வகுப்பில் சேர்ந்திருந்தார். வாரம் ஒரு முறை தனிப்பட்ட முறையிலும் ஸ்கேட்டிங் க்ளாஸ் சேர்ந்திருந்தார். கராத்தே போலவே நானும் அவரும் சேர்ந்து ஸ்கேட்டிங் க்ளாஸ் செல்வதென முடிவெடுத்திருந்தோம். முதல் நாள் நான் ஸ்கேட்டிங் போகையில், வாறியடித்து விழ, இடுப்பிலும் பின்னந் தலையிலும் சரியான அடி.

அதற்கடுத்த வாரம், கராத்தே வகுப்பில் நான் தலைகீழாய் (சிரசாசனம்) நிற்க விரும்பி, கராத்தே உதவியாளரிடம் உதவி கேட்க, அவர் 'அவரைப் போல் நான்' என்று நினைத்துக் கொண்டு, என்னை தலைகீழாய் நிறுத்திய வேகத்தில் விட்டுவிட்டுப் போக, என் கால்கள் கீழ் நோக்கி சரிய, கழுத்து முறிவது போலாக, நான் கிக்கி முக்கி' எனக் கத்த, மாசூமி' ஓடி வந்து காலை நிறுத்திக் காப்பாற்றினார். அதற்கும் மறுவாரம்தான் டூவீலர் விபத்து நிகழ்ந்தே விட்டது.

மறுபடி எல்லாவற்றையும் முதலிலிருந்து தொடங்கினேன். வைஜந்தி ஐபிஎஸ் படத்தை rewind பண்ணிக்கொள்ளவும். ஒருவர் தன் வாழ்க்கையில் சம்பாதித்த பணம் மொத்தத்தையும் முற்று முழுதாகப் பறிகொடுத்து, முதலிலிருந்து ஜீரோவிலிருந்து ஆரம்பிப்பதற்கு நிகரானது அது. அவுட் இன், இன் அவுட் செய்வது, கிக்கை அதிக உயரமாக்க - இப்போதும் ஒரு காலில் கிக்' கின் உயரம் குறைவாகத்தான் செய்ய முடியும் - என்னென்ன செய்ய முடியுமோ அத்தனையும் செய்தேன். தினமும் இவ்வளவு நேரம் என்று நடப்பேன்.

அந்த நிலையில், எனது கராத்தே குரு சென்சய் அய்யப்பன் மணி கொடுத்த மன தைரியம் அளப்பரியது. அவர் அழகாய் வேலை வாங்குவார். 'இதெல்லாம் ஒன்னுமேயில்ல. வாங்க மேடம் பாத்துக்கலாம்' னு சொல்லிவிட்டு, நாம் நம்மைப் பற்றி குறைத்து மதிப்பிட்டதையெல்லாம் தகர்த்தெறிந்து, நம்மையே நமக்குக் காண்பிப்பார். அவர்தான் ஐந்தைந்து நிமிடங்களாய் தினமும் நடையை அதிகரிக்கச் சொன்னார். பிறகு ஒரு நிமிடம் ஜாகிங் என்று செய்து பார்க்கச் சொன்னார். என்னால் இப்போதும்

குதிக்க முடியாது. பவர் எக்ஸர்ஸைஸில் ஜம்ப்பிங் - பதிலாக அல்டர்னேடிவ் செய்து கொள்ளலாம் என்றார். கவனிக்க: நோ காம்ப்ரமைஸ், ஒன்லி அல்டர்னேடிவ். அவ்வளவு அருமையான குரு அவர்.

என் வீடிருப்பது மூன்றாவது மாடி. No lift. அடையாறு டோஜோ (கராத்தே செய்யும் இடம்) இருப்பது நாலாவது மாடி. No lift. தினமும் 8 மணி நேரமும் தொடர்ந்த உடலுழைப்பு. எந்த சிறப்பு சலுகையும் எதற்கும் கிடையாது; மிகச் சில தவிர்க்கவே முடியாதவை தவிர்த்து.

எல்லாரும் கும்பலோடு கும்பலாக பவர் எக்ஸெர்ஸைஸ் செய்தால், மாஸ்டர் என்னை மட்டும் தனியாக எல்லாருக்கும் எதிரில் நிற்க வைத்து செய்யச் சொன்னார். மற்றவர்கள் நாலைந்து எண்ணிக்கையை ஸ்கிப் பண்ணிவிட முடியும். இப்படி எல்லார் முன்னாலும் தனியாகச் செய்யும்போது அந்த வாய்ப்பும் பறி போனது. நான் பயிற்சி செய்யும்போது 100 கவுண்ட் என்றால், 100 கவுண்ட் செய்திருப்பேன். மாஸ்டர் செல்லுமிடமெல்லாம் அவரைப் பார்த்து முறைத்துக் கொண்டே செய்வேன்.

பிறகு வெகு தினங்கள் கழித்து, அவரிடம் ராயல் என்ஃபீல்ட் கற்றுக்கொள்ளும்போது, எனது ப்ளாக் பெல்ட் கேம்ப் பற்றிய பேச்சின்போது சொன்னார் 'உங்க குணத்திற்கு, ப்ளாக் பெல்ட் கேம்ப்பிற்கு தகுதியாக முழுமையாக நீங்க எல்லாவற்றையுமே செய்தால்தான், முழு மகிழ்வுடன் இருப்பீங்க' என்று. இப்படி ஒவ்வொரு கராத்தே ஸ்டூடெண்டையுமே அவரவர் தனித்தன்மைகளுடன் அவர் அறிந்து வைத்திருந்தார்.

கடைசி மூன்று நாட்கள் ப்ளாக் பெல்ட்டிற்கான தேர்வில், 21 கிமீ மெல்லோட்டமும் உண்டு. அதிகாலை 2 மணிக்கு லேண்டன்ஸ் ரோடு டோஜோவில் இருந்து கொடியசைத்து ஓடத்தொடங்கி, அடையாறு டோஜோ சென்று முடிக்க வேண்டும். எனது டிரைவரிடம் இந்த பதினெட்டு நாட்களில், இந்த மூன்று நாட்கள் எவ்வளவு அதி முக்கியமானவை என்று படித்துப் படித்துச் சொல்லி, காலை 1.40தற்கு வரச் சொல்லியிருந்தேன். அவர் வரவில்லை. அவரது செல்ஃபோன், அவரது தங்கை, அவரது அம்மா, அப்பா எல்லாருடையதும் ஸ்விட்ச்டு ஆஃப். டிரைவர்கள் இப்படித்தான் கடைசி நேரத்தில் காலை வாறிய முந்தைய அனுபவங்கள் காரணமாக அவரது குடும்பத்தினர்

மொத்த பேரின் செல்ஃபோன் நம்பரையும் வாங்கியிருந்தேன். 'நாம அப்பாடக்கர் என்றால், அவர் நமக்கு மேல் அப்பாடக்கர்'. என்னத்தைச் சொல்ல.

கராத்தே மாஸ்டரிடம் 'நான் நடந்தே வந்துவிடுகிறேன் மாஸ்டர். கொஞ்சம் எனக்காக வெய்ட் பண்ணுங்க' என்று சொல்லிவிட்டு, பேயும் உறங்கும் நடு ஜாமத்தில், நடக்கத் தொடங்கினால் - ஒரு இருபது இருபத்தேழு நாய்கள் எனக்கு அரையடித் தொலைவில் என்னைச் சுற்றிச் சூழ்ந்தன - நான் வேறு உஜாலா' வெண்மையில் கராத்தே வெள்ளுடையில் - அவை என்னைப் பார்த்து என்னவென்று நினைத்தனவோ -விடாமல் குரைக்கத் தொடங்கின. என்னால், என் காலிருக்கிற நிலையில் ஓடவும் முடியாது. எனது மெல்லோட்டமே 'ததுங்கினதோம்', இதில் இந்த நாய்களிடம் ஓடி கடிபட யாரால் முடியும்? நாய்கள் துரத்தினால் ஓடக் கூடாது என்கிற சைக்காலஜி தெரியும். ஆனால், அதைக் கடைப்பிடிப்பது கடுங்கடினம். ஒரு நிமிடம் மூச்சை இழுத்துவிட்டு, அங்கு நாய்களே இல்லை என்றால் எவ்வாறு நடப்பேனோ அது போல நினைத்துக் கொண்டு நடந்து, அவை கத்தும் எல்லை வரை கடந்து - சும்மா சொல்லக் கூடாது நாய்கள் போல, ஜென்டில் அனிமல்ஸ் வேறு இல்லை - அவற்றின் எல்லை முடிந்தவுடன் அவை கத்துவதை நிறுத்திவிட்டுப் போய்விடும். ஆனால், கிளைச் சாலை முழுவதும் உயிரைக் கையில் பிடித்துக்கொண்டுதான் நடந்தேன். முக்கியச் சாலை வந்து, அவை திரும்பிப் போனதும்தான் உயிர் திரும்ப வந்தது.

விபத்திற்குப் பிறகு நான் கராத்தே சென்றது என்பது, மற்றவர்களை விட நான் எடுப்பது 5 மடங்கு *risk*. சாதாரணமாக ஒரு விபத்து நடந்தாலே - நம்மை என்னவோ வேண்டும் என்றே திமிரெடுத்து விழுந்தெந்திரித்த மாதிரி பேசுவார்கள். 'பாத்து போயிருக்கலாம்ல' என்பார்கள். '*CellPhone* பேசிட்டே போனீங்களோ' என்பார்கள். 'இப்ப உங்க வயசுக்கு இந்த *class*லாம் அவசியமா' என்பார்கள். 'இதுக்குதான் பெண்கள் வீட்டை விட்டே போக வேணாம்; சம்பாரிக்கிறது அவ்ளோ அவசியமா' என்பார்கள். ஆனால், பேசும் யாரும் நம் வேதனையின் ஒரு நொடியைக் கூட வாங்கிக் கொள்ளப் போவதில்லை. இப்போது இதில் தவறாக எதுவும் ஆகி மறுபடி விபத்தானது என்றால், சொல்லவே வேண்டியதில்லை.

நான் என்பதை எனது உடம்பு தரும் எல்லைக்குள் வகுத்துக் கொள்ளாமல் அதன் எல்லை வரைகோடுகளை நீக்கி விட முடியும்போது - நாம் எல்லையற்றவர்களாக ஆக முடிவது.

ஆனால், நமக்கென்ன வேண்டும்; நாம் யார்; நாம் எதைச் செய்ய வேண்டும் - இதையெல்லாம் நாம்தான் தீர்மானிக்க வேண்டும். நாம் சம்பந்தப்பட்ட எல்லாவற்றிற்கும் நாம் மட்டுமே பொறுப்பு.

இந்தனை பெரிய விபத்திற்குப் பிறகு, தெரியாமல் காலில் லேசாக இடித்துக் கொண்டாலே - கொடுக்கப் போகும் விலை - கற்பனைக்கு அப்பாற் பட்டது. எல்லாம் சரியாகவே நடக்க வேண்டும்; நடந்தாக வேண்டும்; நடக்கவில்லை என்றால் என்கிற பேச்சுக்கே இடமில்லை. ஒவ்வொரு நொடியும் பத்திருபது மடங்கு கவனத்துடன், மன அழுத்தத்துடன், கவலையுடன், அவற்றை விட அதிகப்படியான மகிழ்வுடன் சென்றது.

நமக்கு வாழ்க்கையில், அம்மா அப்பா தம்பி தங்கை அண்ணன் அக்கா நண்பன் என்று அநேக பொறுப்புகள் இருக்கும். அவையற்ற வெறும் உயிராய் நமக்கே நமக்கெனச் சில கனவுகள் இருக்கும். அந்தக் கனவுகளை நிகழ்த்துவதில்தான் வாழ்வின் உயிர்ப்பே இருக்கிறது. அவை எதுவாக வேண்டுமானாலும் இருக்கலாம். ஒவ்வொரு காலத்திலும் நிலையிலும் மாறலாம். புதிது புதிதாகத் தோன்றலாம். ஆனால் ஒவ்வொரு காலத்திலும் ஒவ்வொரு நிலையிலும் தோன்றும் கனவுகளை ஒவ்வொன்றாக நிகழ்த்தத்தான் இந்த வாழ்க்கை.

கராத்தேவிற்குப் பிறகு நானும் மகளும் நீச்சல் கற்றுக் கொண்டோம். தண்ணீருக்குள் அவ்வளவு அலெர்ட்டாக இருந்தே ஆகவேண்டும், வேறு வழியே கிடையாது. கை, கால், மனம், புத்தி எல்லாம் ஒரே நேரத்தில் வேலை செய்தாக வேண்டும். அப்போதுதான் உயிரோடு இருக்க முடியும். மரணத்தின் நுனியில்தான் எப்பவும் வாழ்க்கை இருக்கிறது.

ஃ

விபாஸனா

முதன் முதலாக ட்ரெக்கிங் போகையில் இரயிலில் வைத்து, எனது ட்ராவல் குரு கீதா இளங்கோவன் 'விபாசனா' பற்றிச் சொல்லும்போதே எனக்கு உடனேயே அங்கு போக வேண்டும்போல விருப்பம் எழுந்தது. ட்ரெக்கிங் முடித்து வந்து விபாசனா சென்டரில் பேசும்போது, அங்கு குழந்தையை எல்லாம் பார்த்துக்கொள்ள மாட்டார்கள்; பதினெட்டு வயது நிரம்பியவர்களை மட்டுமே விபாசனா செய்ய அனுமதிப்பார்கள் என்பது தெரிந்தது.

பிறகும், ஒரு வருடம் கழிந்த பிறகு, கீதா, ரித்திகாவை தான் பார்த்துக் கொள்வதாகக் கூற, பள்ளியில் விடும் பொறுப்பை அலுவலகத்தில் (வேறு யார், சரவணன்தான்) ஒரு நண்பரும், ரீனாவின் ஜெய்யும் ஏற்க, பள்ளியிலிருந்து டேகேரில் இருக்கும் ரித்திகாவை கீதா கூப்பிட்டுக் கொள்ளும் பொறுப்பை ஏற்க, பத்து நாட்கள் அலுவலகத்தில் விடுப்பு எடுத்து விபாசனா தியான வகுப்பிற்கு சென்றேன்.

வெகு நிச்சயமாய் இது கீதா எமக்களித்த வாழ்நாள் பரிசு!

ஒரு பத்து தினங்கள் இந்த புற உலகோடு எந்தத் தொடர்புமற்று, எந்த விஞ்ஞான தொழில் நுட்ப சாதனங்களுமற்று, யாரோடும் பேசாமல், மௌனமாக நம்மை நாமே உணர ஒரு வாய்ப்பு கொடுப்பது; இந்த வாழ்வில் நாம் ஏன் பிறந்தோம், நாம் யார், எதற்கிந்த அலைச்சல் உளைச்சல்கள்? அன்றாடம் நாம் செய்பவை நமது பிறவிப் பயனை அடைவதற்கானவைதானா? என நம்மையே நாம் அறிவதற்கு இந்த வாழ்வில் ஒரேயொரு முறையாவது நிகழ்த்திக் கொள்ள வேண்டும்.

சிறு வயதில் உடைந்த வளையல்களை எல்லாம் குமித்தது போல போட, அதை தென்னை விளக்குமாறு குச்சியின் கூர் முனையால், அசங்காமல் ஒவ்வொன்றாய் கவனமாய் எடுப்பது ஒரு விளையாட்டு. அந்த விளையாட்டு போலத்தான் நம் மேல் படிந்த நூற்றாண்டு நினைவுகளை ஒவ்வொன்றாய் வெங்காயம் தோல் உறிப்பது போல, உள்ளே உள்ளே சென்று நம்மைக் கண்டடைய முற்படுவது. அடுத்ததை, பிறகு அதற்கடுத்ததை என கடைசியில் இருக்கும் ஒன்றை மட்டும் - விதையை மட்டும் கண்டடைந்து கூறாய்வது.

கீதா விபாசனா பற்றிச் சொல்லும்போதே 'டின்னர்' கிடையாது என்பதுதான் எனக்கு மிகப் பெரிய அதிர்ச்சியாக இருந்தது.

எனக்கு ‘மைக்ரேன்’. பசி தாங்க மாட்டேன். கீதா வீட்டில் விருந்து என்றால், முதலாக ‘சாப்பிடலாமா’ என்கிற குரல் எனதாகத்தான் இருக்கும். அப்படி வயிறு எனது. சரி, எதுவானாலும் சரி என்று விபாசனா’விற்குப் போவது என முடிவாகி விட்டது.

காலை எழுந்ததும் தியானம்; பிறகு நாளெல்லாம் தியானம்; அதிகாலை ஆறரை மணிக்கு, பிறகு பதினோரு மணிக்கு சாப்பாடு. மாலை தேநீர். முதல் முறை வந்தவர்களுக்கு ஒரு துண்டு பழமும் பொறியும் தருவார்கள். அவ்வளவுதான். முதல் நாள் மாலை நமக்கு விதிமுறைகள் எல்லாவற்றையும் சொல்லி விடுவார்கள். எல்லாவற்றிற்கும் சம்மதம் என்றால் கையெழுத்திட்டு உள்ளே செல்ல வேண்டும்.

ஓரறைக்கு இருவர். பூட்டு கிடையாது. யாரோடும் பேச அனுமதியில்லை. யாரையும் யாரும் தொடக் கூடாது. கண்ணோடு கண் கூட பார்க்கக் கூடாது. கையசைப்போ, சைகையோ கூடாது. மௌனம் மட்டுமே.

ஒவ்வொரு நாளும் தியானம் முடிந்து, ‘கோயங்கா’ அவர்களின் அருளுரை வீடியோ போடுவார்கள். அந்தந்த நாளின் சந்தேகத்தைத் தீர்ப்பதாய் அது அமைந்திருக்கும்.

எனக்குச் சின்ன வயதிலிருந்து ஒருவரைப் பற்றிய உருவம் என்றால் சரியாக முழுமையாக சொல்ல வராது. அவர்களின் தன்மைதான் மனதில் இருக்கும். என் அம்மா என்றால், அவர்களின் உடை, உடையின் வடிவமைப்பு, நிறம் எல்லாம் அச்சு பிசகாமல் சொல்வார். எழுத்தாளராகவும் ஆன பிறகும் எனக்கதில் தோல்விதான். அப்படித்தான் நம்பியிருந்தேன்.

இரண்டாம் தினத்தில், ஒருநாள் அலுவலகத்திற்கு வந்திருந்த எனது (முன்னாள்) கணவரின் நண்பர், பொடிக் கட்டத்தில் கருப்பும் சிவப்பும் கலந்து அவர் போட்டிருந்த சட்டை முதற்கொண்டு நினைவு வந்தது. கூடவே சுருக்’கென்று, அன்று அவர் வந்து சென்று வெகு இயல்பாக அலுவலக விசயம் பேசுவது போல வந்துவிட்டுச் சென்ற பிறகுதான், அதற்கடுத்த வாரம் கணவரிடமிருந்து ‘நோட்டீஸ்’ வந்ததும் நினைவுக்கு வந்தது. அவர் வந்த காரணமே என்னை வேவு பார்க்கத்தான் என்பதும் புரிந்தது.

நம் நினைவிலிருந்து எதுவுமே நீங்குவதில்லை. நாம் தான் மறந்தாற் போல ஏடு படிந்து இருக்கிறோம். எந்த உணர்வுமற்று

மனம் எப்போதும் நினைவுகளைச் சேமித்தபடியேதான் இருக்கிறது என்பதை மிக உணர்ந்தேன்.

இப்படி முதல் மூன்று தினங்கள், நம் வாழ்வின் எவ்வளவோ நிகழ்ச்சிகள், பிடித்த பிடிக்காத நிகழ்வுகள் எல்லாம் நினைவில் வந்து வந்து செல்லும்.

இப்படி முதல் மூன்று தினங்கள் கடுமையான மனப் போராட்டமாக இருக்கும். ஆறாம் நாளில் ஓரளவு உள்ளச் சமநிலையை அடைய ஆரம்பிப்போம்.

விருப்பு வெறுப்பு அற்று, எந்தக் கட்டுப்பாடும் அற்று, அதன் போக்கிலேயே நமது மூச்சைக் கவனிப்பதுதான் விபாசனா.

அங்கு தியானத்தில் அசையாமல் அமர்ந்திருப்பது எப்படி இருக்கும் என்றால், அதிக நேரம் அமர்ந்தால் கால் மரத்துப் போகுமே, கை முட்டியில் அடிபட்டால் ஒரு கரெண்ட் ஷாக்'கின் விர்... ஏறுமே, அது போல உள்ளங்கால் மற்றும் உள்ளங்கைகளில் பூச்சிகள் பறக்கும். இதொரு உணர்வு.

பிறகு விபாசனா ஹாலில் 50 பேர் 100 பேர் இருக்க, நாம் தனியாக இருப்பதாக நினைத்துக் கொண்டு, தியானிக்கச் சொல்வார்கள்.

மூன்று நான்கு தினங்கள் கழிந்து, பகோடா ஹாலில் அனுமதிப்பார்கள். இரண்டாம் முறை போகிறோம் என்றால், விரும்பினால் முதல் தினத்திலேயே போகலாம்.

அங்கு 'பகோடா ஹால்' என்று ஒன்று வெறும் பத்தடிக்குப் பத்தடி ரூம். முதல் முறை அங்கு சென்றதும், சிறிது நேரத்தில் (அப்படி எனக்குத் தோன்றியது, ஆனால் கிட்டத்தட்ட ஒருமணி நேரத்தில்) காற்று போல உணர்ந்து மேலே மேலே போய்க் கொண்டிருக்கையில் - மணி அடித்து எல்லாரும் போய்க் கொண்டிருப்பதை உணராமல் - மேலே மேலே போக - ஒரு பெண் என்னவோ நான் தனியாகச் செத்து விடுவேன் என்பதான அக்கறையில் தடாலெனக் கதவைத் தட்டித் திறக்க - மரத்தின் மேலிருந்து நான் கீழே விழ, மரத்தின் முறிந்த கிளையில் அப்படியே தொங்க ....

ஒரு சாவைத் தொட்டுத் திரும்பிய மாதிரி இருந்தது. ஆனால், மகிழ்வாக இல்லை. செத்திருக்கலாம் போல - அப்படி விரும்பத் தகாமல் இருந்தது.

விபாஸனா போவதற்கு முன் - நீச்சல் கற்க கிணற்றில் குதிக்கும்

முன்பு, அதைச் சுற்றிச் சுற்றியே வருவோமே, அதைப் பற்றியே நிறைய பேசுவோம், எழுதுவோம், கேட்போம், வாசிப்போம் - அது போல, இணையத்திலன் தேடலில் ஒருவர் எழுதியிருந்தது மிகவும் கவர, செய்து பார்க்கத் தொடங்கினேன்.

வெளிக்காற்று மூக்கைத் தொடும் இடத்திலிருந்து காற்று உள்ளே போவதை உணர்ந்து கொண்டே போய், நுரையீரல் முழுக்க உணர்ந்து பார்ப்பது. அதே போல நுரையீரலிலிருந்து வெளியேறி மூக்கின் முதலில் காற்று தொடும் இடத்திற்கு. இதொரு ஊஞ்சல் போல அசைவு, லயம் கூடி, அதனுள் இன்னும் இன்னும் ஆலிஸின் விளைவு தெரியாத அறியும் ஆவலில் தொடர்ந்து பயணிக்க - ஒரு கணம் எதுவுமே இல்லாமல். காற்றாக. உருவமற்ற காற்றாக. அங்கு நானில்லை. நான் என்பதே இல்லை. வெறும் உலகம் மட்டும்.

நான் உலகத்தோடு கலந்ததாக, அப்படி எல்லாம் இல்லை; உலகு தனியாக அப்படியே இருக்கிறது. நானில்லை. நான் என்பதே இல்லை. 'நான்' என்று எவ்வெப்போதும் உணர்ந்து கொண்டிருக்கிற எதுவுமே இல்லை. அந்த உணர்வில், பிடித்தம் பிடிக்காமை, பயம் வெறுப்பு நேசம் எந்த உணர்வுத் தீவிரமும் அதில் இல்லை. எதுவுமே இல்லை. வெறும் ஒரு ஜன்னல் வழி உலகம், ஜன்னலற்றுத் தெரிவது போல. அவ்வளவுதான்.

ஆளற்ற கடற்கரை. அப்படி யாருமற்ற வெளி. ஆனால், யாருமற்ற வெளியைப் பார்ப்பது யார்? யாருடைய (கேமரா) கண் அது? அதுவுமற்றுப் பார்ப்பது எப்படி இருக்கும்? காட்சியே அற்ற இருள்? இதற்கு மேல் அந்த அனுபவத்தை விளக்கத் தெரியவில்லை. ஆனால், அது பிற்பாடு எப்பவும், இப்ப வரை ஏற்பட வில்லை. சிலசமயம் மனம் அதற்கு ஏங்கும். தவிக்கும்.

முதல் முறை விபாசனா சென்று வந்த பிறகு மைக்ரேன் தலைவலியும், குழந்தைப் பருவத்திலிருந்தே எனக்கிருந்த முதுகுவலியும் போனது. வலி என்பதே மூளை தனதில் பதித்துக் கொள்வதால்தான் என்பது புரிந்தது. 'வழி கூறும் மூளை புத்தகத்தில் இடது கையற்ற மனிதனுக்கு உள்ளங்கை அரித்ததைப் பற்றி விளையனூர் எஸ் ராமச்சந்திரன் விவரித்திருப்பார். நமது மூளை அதனுடலை வரைபடமாகத் தனக்குள் பதித்திருப்பது பற்றிச் சொல்லியிருப்பார். இடது உள்ளங்கை அரிப்பை நீக்க, அந்த உணர்வை எப்படி நீக்கினார்கள் என்பது பற்றியும் விவரித்திருப்பார்.

நமது உடம்பின் அமைப்பில் தலை முக்கியமான உறுப்பு; கை கால்கள் அப்படியே ஆக்டோபஸ் போல கற்பனை செய்ய முடிவதாக இருப்பது. தலையின் நீட்சிதான் உடம்பு. அகத்தின் அழகு முகத்தில் என்பார்கள். அகம் என்பதை உள்ளம் என்று மட்டும் குறுக்காமல், உடலோடு சேர்ந்த உள்ளம் என்று வைத்தோமானால், கர்ப்பப்பைப் பிரச்சினை உள்ளவர்களுக்கு அது கன்னத்தில் நிற மாற்றமாய் வெளிப்படும்; ஆண்களானால் இனவுறுப்புப் பிரச்சினை. நுரையீரல் பிரச்சினையை மூக்கு வெளிப்படுத்தும். இப்படி. அந்த இடது கையற்ற மனிதரின் உள்ளங்கை அரிப்பு உணர்வு, அவரது இடது கன்னத்தில் வருடியதும் நீங்கியதை ராமச்சந்திரன் சொல்லியிருப்பார்.

அதே போல, நாம்,

நான் என்பதை எனது உடம்பு தரும் எல்லைக்குள் வகுத்துக் கொள்ளாமல் அதன் எல்லை வரைகோடுகளை நீக்கி விட முடியும்போது - நாம் எல்லையற்றவர்களாக ஆக முடிவது. இதை, இதைவிட என்னால் சொல்ல முடியவில்லை. ஆக முடிந்ததா என்று கேட்டால், முயற்சிதான் என்று பதில் சொல்வேன்.

தொட்டுத் திரும்பிய கணங்கள் உண்மை. ஆனால், அதிலேயே ஆழ்ந்திருக்க முடிந்ததில்லை. அன்றாடம் என்பதன் நித்திய கடமைகளில் பற்றற்றிருக்க முடிந்ததில்லை. எல்லா பணிகளையும் செய்துதான் ஆக வேண்டி இருக்கிறது. அன்றாடக் கடமைகளை விலக்க முடிந்ததில்லை. அல்லது அது தேவையுமில்லை. நான் நானாக அறிதல்களும் புரிதல்களும் அறியாமை தரும் எளிமையுமாக இருத்தலே இந்த வாழ்வு என்று கூடத் தோன்றுகிறது. இது அந்தந்தக் கணம் மட்டுமே. மின்னலென மின்னி மறைந்த ஒரு மழை நொடி போல. அதைப் பிடித்துக்கொண்டுதான் மற்ற கணங்கள் யாவுமே. விதை தாங்கிக் கொள்ள விரிந்த விருக்ஷம் போல.